# நிம்மதியின் பாடல்கள்
# (Poems of Peace)

### ஜேம்ஸ் ஆலன்
(தமிழில் சே.அருணாசலம் )

## வள்ளியம்மை பதிப்பகம்

mobile/WhatsApp: 91-8939478478

email: arun2010g@gmail.com

## நூல் விவரம்

நூல் தலைப்பு : *நிம்மதியின் பாடல்கள்*

**Book Title** : **Nimmathyin Paadalgal**

ஆசிரியர் : ஜேம்ஸ் ஆலன்

தமிழில் : சே.அருணாசலம்

உரிமை@ : வள்ளியம்மை பதிப்பகம்

முதல் பதிப்பு : 2024 | Reprinted 2025

பக்கங்கள் : 184

தாள் : 70 ஜிஎஸ்எம்

அச்சகம் : Real Impact Solutions, Chennai- 600 004

வெளியீடு : வள்ளியம்மை பதிப்பகம்

அலைபேசி: 91-8939478478

மின்னஞ்சல்: arun2010g@gmail.com

விலை : ரூ 250/-

ISBN : 978-93-340-4126-2

# உள்ளடக்கம்

அணிந்துரை—திரு.மு.நித்தியானந்தன்............................ 1
1. இயோலஸ் (கவிதை நாடகம்) ............................. 6
2. புத்தன் ............................................................... 68
3. மனிதர்கள் மட்டும் புரிந்து கொள்வார்களேயானால்... 76
4. பயின்று உணர்தல் .............................................. 81
5. சுதந்திரம் ........................................................... 83
6. உன்னை நெடுங்காலம் தேடினேன் ..................... 88
7. நிதர்சன வாழ்வு .................................................. 92
8. நாளையும் இன்றும் ............................................ 97
9. மெய்யறிவின் நட்சத்திரம் ................................. 100
10. உயர்ந்த சுவர்கம் அதை அடைய விரும்புகிறீர்களா ............................................... 103
11. உயர் நன்மையை நாடுகின்றவர்களுக்கு ............ 107
12. ஒன்று மட்டும் குறை என உள்ளது .................. 111
13. யாஷா ............................................................. 115
14. தாழ்மையும் பணிவுமான வழி ........................... 119
15. கடலின் இசை .................................................. 123
16. அன்பின் அளப்பரிய ஆற்றல் ............................ 126
17. என் மகள் நோராவிற்கு, அவளது பத்தாவது பிறந்த நாளின் போது ............................................... 129
18. உளத்தூய்மை .................................................. 131
19. தான் என்பதை ஈகம் புரிவது ............................ 133
20. உண்மையிடம் நான் அடைக்கலம் புகுவேன் ...... 135
21. பேருண்மை ஆகிய நானே உனது மீட்பன் ......... 138
22. வெண்ணிற அங்கி ............................................ 141
23. நெறி பிறழாத மனிதன் ..................................... 144
24. தேர்ந்தெடுக்கும் உரிமை .................................. 147

25. உண்மை வெல்லும்......................................150
26. மனிதர்களுக்கு போதிக்க விரும்புபவனே!...............153
27. உலகை சரிப்படுத்த விரும்புபவனே.........................155
28. இரவின் காரிருள்..............................................158
29. மெய்யறிவு......................................................160
30. தீமையின் முடிவு.............................................162
31. மனிதன் தெய்வீகத்தன்மை பொருந்தியவன்............164
32. பொறுமை........................................................166
33. உண்மையின் மீட்ப்பாற்றல்..................................168
34. சிறைப்பட்ட பறவையை விடுவித்த போது................170
35. துக்கத்தில் இருக்கிறீர்களா?................................172
36. மனத்தகத்தின் மாசு அறுக்கும் போது......................173
37. நித்திய வாழ்வு................................................174
38. நீங்கள் தேடிக் கொண்டு இருக்கிறீர்களா?................175
புத்தக விலைப்பட்டியல் ...........................................177

# அணிந்துரை—
# திரு.மு.நித்தியானந்தன்

(அருள் பொழியும் நிழல்பாதைகள் நூல் இலங்கையில் வெளியிடப்பட்ட போது 03.01.2022 அன்று இலங்கை செய்தி தாள் தினகரனில் வெளியான கட்டுரை)

அருள் பொழியும் நிழல்பாதைகள்
ஜேம்ஸ் ஆலனின் நூல் தமிழ் மொழியில்

1901இல் ஜேம்ஸ் ஆலனின் முதல் நூலாக From Poverty to Power என்ற நூல் வெளியாகி அவரது பெயரை நிலைநிறுத்தியது. இன்னூல் பன்னூறு பதிப்புக்களைக் கண்டது.
ஜேம்ஸ் ஆலன், தீவிர ஆழ்ந்த வாசகராக இருந்தார். ஷேக்ஸ்பியர், மில்டன், எமர்சன், பிறவுனிங், வால்ட் விட்மன், ஆகியோரின் கவிதைகள் அவருக்கு மனப்பாடம். பகவத்கீதை, லாவோட்சு, புத்தரின் தம்மபாதம், பைபிள் ஆகிய நூல்களை அவர் ஆழ்ந்து கற்றார். வானவியல், கூர்ப்ப கோட்பாடு, தாவரவியல், புவிச் சரிதவியல் ஆகியவற்றிலும் அவர் ஈடுபாடு கொண்டவராகத் திகழ்ந்தார்.

1905ல் தென் வேல்ஸில் லில்லி என்ற பெண்மணியைக் காதல் திருமணம் செய்து கொண்டார். ஏல்பிறகூம் என்ற இங்கிலாந்தின் தென் மேற்கு கடலோரம் அமைந்திருந்த அழகிய சுற்றுலாத்தளம் போன்ற ஓரிடத்திலேயே தனது வாழ்க்கையைக் கழித்தார்.

கடலை நோக்கிய விக்டோரியன் கால ஹோட்டல்களும், மலை குன்றுகளும், வளைந்து போகும் தெருக்களுமாய் அழகு சிந்திய அந்தச் சிறுநகர் அவருக்கு அமைதியை அள்ளி வழங்கியது. ரஷ்ய பெரும் சிந்தனையாளன் லியோ டால்ஸ்டாய், ஜேம்ஸ் ஆலனின் வாழ்க்கை இலட்சியத்தின் ஆதர்சமாகத் திகழ்ந்தார். விரும்பி தேர்ந்தெடுத்துக் கொண்ட வறுமை, உடல் உழைப்பு, யோகியின் சுய ஒழுக்கம் என்பன டால்ஸ்டாயிடமிருந்து அவர் பெற்றவை.

ஏல்பிறகூம் நகரில் இருந்த ஒன்பது ஆண்டுகளில் அவர் பத்தொன்பது நூல்கள் எழுதி வெளியிட்டிருந்தார். இக்காலத்தில் ஆண்டிற்கு இரண்டு நூல்கள் என்று எழுதியிருக்கிறார்.

1912ஆம் ஆண்டு ஜனவரி மாதம் 24ஆம் திகதி பகல் ஒரு மணி அளவில், தனது நாற்காலியில் இருந்தவாறு, தனது இனிய மனைவியை நோக்கி,"என் வாழ்வு முடிந்து விட்டது" என்று முகத்தில் நேசம் பொங்கி வழிய, கருணை சிந்தும் விழிகளுடன் தன்னையும் மகள் நோராவையும்

அனைத்த வண்ணம் கண்கள் மூடிய அந்தக் கணங்களை எனது பேனையால் எவ்வாறு விவரிப்பேன்? என்று கண்களில் கண்ணீர் மல்க ஜேம்ஸ் ஆலனின் நினைவுக்குறிப்பை எழுதியிருக்கிறார் அவர் மனைவி லில்லி.

சுய முன்னேற்ற நூல்களாக ஜேம்ஸ் ஆலனின் நூல்கள் உலகெங்கும் பரவின. பல்வேறு எழுத்தாளர்கள், சிந்தனையாளர்களின் மீது அவை ஆதிக்கம் செலுத்தின. பைபிளையும் பௌத்தத்யையும் இணைத்து அவர் சிந்தித்தார். எல்லோரும் இன்புற்றிருக்க வழியைத் தேடினார். மண்ணில் நல்ல வண்ணம் வாழலாம் என்றார். ஒரு பொல்லாப்பும் இல்லை என்றார். இனியன நினைத்தல் வேண்டும் என்றார். அல்லல் அறுக்கும் வழி சமைத்தார்.

அந்த ஞானியின் நூல்கள் தமிழில் நூறு ஆண்டுகளாக மொழிப்பெயர்ப்பில் வந்திருக்கின்றன எனபது வியப்பூட்டும் செய்தியாகும். செக்கிழுத்த செம்மல் வ.உ.சி சிறையிலிருந்தவாறு, ஜேம்ஸ் ஆலனின் As a Man Thinketh என்ற நூலை "மனம் போல வாழ்வு" என்ற தலைப்பில் மொழிமெயர்த்து 25.07.1930 திகதியிட்டு, கோவிற்பட்டியிலிருந்து வெளியிட்டிருக்கிறார். வ.உ.சி அவர்கள் மொழிபெயர்த்த ஜேம்ஸ் ஆலனின் "மனம் போல வாழ்வு", "அகமே புறம்", "வலிமைக்கு மார்கம்", "சாந்திக்கு மார்கம்" ஆகிய நூல்கள் பற்றி மு.வரதராசன் கூறும் போது, "உயர்ந்த மெய்யுணர்வு கருத்துக்களை செறிவான தமிழ்

நடையில் புலப்படுத்தும் நூல்கள்" என்று குறிக்கிறார்.

1956இல் ஜேம்ஸ் ஆலனின் From Poverty to Power என்ற நூலினை, பன்மொழிப்புலவர் கா.அப்பாதுரை "திருநிறை ஆற்றல்" என்ற பெயரில் மொழிபெயர்த்து இருக்கிறார். வ.உ.சி, கா.அப்பாதுரை ஆகியருக்கு பின், ஜேம்ஸ் ஆலனின் நூல்களை மொழிமெயர்த்தும், அவற்றை அடிப்படையாகக் கொண்டு நூல்கள் எழுதியும், அவருக்கு தற்காலத்தில் பெரும்புகழ் தேடிக்கொடுத்தவர் டொக்டர் எம்.எஸ் உதயமூர்த்தி ஆவார். மெய்யுணர்வு கருத்துக்களைத் தொட்டு அதை அன்றாட உலகில் வாழ சொல்லிக் கொடுப்பவர் ஜேம்ஸ் ஆலன்.

நம் காலத்தில் ஜேம்ஸ் ஆலனின் அனைத்து நூல்களையும் மொழிபெயர்த்து வெளியிடுவதை ஒரு வேள்வி போன்ற அர்ப்பணத்தோடு செய்து வருபவர் சே.அருணாசலம் ஆவார். "மனிதன்; மனம், உடல் சூழ்நிலையின் தலைவன்", "மகிழ்ச்சிக்கும் வெற்றிக்குமான அடித்தளம்", "உள்ளத்திலிருந்தே வாழ்வு", "அருள் பொழியும் நிழல் பாதைகள்", "சுவர்கத்தின் நுழைவாயில்", "சுவர்க வாழ்வின் தன்மைகள்", "வாழ்வின் கொந்தளிப்புக்களை கடந்த உயர்நிலைகள்", "மனிதர்களும் அமைப்புகளும்", விதியை நிர்ணயிக்கும் ஆற்றல் என்று சே.அருணாசலம் ஒரு தவம் போலவே தொடர்ந்து மொழிபெயர்த்து வருகிறார்.

சே.அருணாசலம்

ஜேம்ஸ் ஆலனின் Byways of Blessedness என்ற நூலின் சில பகுதிகள் இங்கு "அருள் பொழியும் நிழல் பாதைகள்" என்ற தலைப்பின் கீழ் வெளிவருகின்றன. ஆங்கில-தமிழ் மொழி பெயர்ப்பு சே.அருணாசலம் அவர்களுக்கு இதமாக வாய்த்திருக்கிறது. "அருள் பொழியும் நிழல் பாதைகள்" என்ற தொடர் தமிழின் வடிவத்தில் அழகாக விழுந்திருக்கிறது. நெருடல் இல்லாத சரளமான நடை இலகுவான வாசிப்பிற்கு இடம் தருகிறது.

இந்த வெளியீட்டிற்கென்றே தனது மொழிபெயர்ப்பை மீண்டும் செப்பனிட்டு தந்திருக்கிறார் சே.அருணாசலம் அவர்கள். காலத்தின் தேவை அறிந்து தனது மொழியாக்கத்தை பூரணமாக பயன்படுத்திக் கொள்ள அவர் இசைந்திருப்பது அவரின் விசாலமான மனதை வெளிப்படுத்துகிறது. அவரது அனைத்து மொழியாக்கங்களையும் இலவசமாக தரவிறக்கம் செய்து வாசிக்க freetamilebooks.com அமைப்பினர் ஒழுங்குகள் செய்துள்ளனர்.

மு.நித்தியானந்தன்
லண்டன்

# 1. இயோலஸ் (கவிதை நாடகம்)

---

நாடக மாந்தர்கள்

இயோலஸ்.

தீர்க்கதரிசி.

பூமி.

சுவர்கம்.

பிரபஞ்சம்.

மனித இயல்பின் குரல்கள்

உண்மையின் குரல்கள்

எதிரொலிகள்

காட்சி: —ஓர் அழகிய தீவு, அடர்ந்த வனப்பகுதி, கடற்கரையில் ஒரு சாய்ந்த மரத்தில் இயோலஸ் அமர்ந்திருக்கிறான்.

சே.அருணாசலம்

இயோலஸ்: நிம்மதியைத் தேடி இந்தத் தனிமையான தீவை

நான் வந்து அடைந்து இருக்கிறேன். நீண்ட நாட்கள், இரவும் பகலும், அலைகடலில் அலைக்கழிக்கப்பட்டு,

களைத்துப் போன என் பாதங்கள்

பேரருள் பொழியப்பட்டுள்ள

இந்த தீவை அடைந்து இருக்கின்றன.

இப்பொழுது உன் மடியில் நான் இளைப்பாறுகிறேன்.

உனது மெய்யறிவு செறிவூட்டலில்

நான் இனிமையாக பங்கேற்கிறேன்.

உனது பேருவகை என்னுள் நுழைகிறது.

உனது ஓய்வு எனது எண்ணங்களைக் களையாத நிம்மதியால் நெய்கிறது;

நீ மௌனமாக, தனித்து, அழகாக இருக்கிறாய்,

நான் தனிமையில் வாடுகிறேன்;

ஒருவேளை, உனது தனித்த இருப்பு என்னை ஆசுவாசப்படுத்தலாம்.

எனது தனிமையையும், வலியையும் போக்கலாம். ஓ தனிமையே!

இதயங்களுக்கான உயர்வு எண்ணத்தை ஊட்டும் இருப்பிடமே;

தூய்மையின் ஒளியே, வழிகாட்டியே;

இருளில் கண்ணீர் சிந்துபவர்களுக்கு நீ வழிகாட்டுகிறாய்;

துக்கத்தால் தாக்கப்பட்டு அலைபவர்களுக்கு நீ தான் இனிமையான நண்பன்.

மலையின் சிகரத்தை ஏறும் வலிமையானவர்களுக்கு ஊன்றுகோலாக துணை செய்கிறாய்,

அதற்கான சுவடின் தடம் பதியாமல், அதிசயமாக.

நீ ஆசான், உண்மையின் போதகன் நீ. போதிக்கப்பட வேண்டியதன் போதகன் நீ.

தாழ்மையும் பணிவும் கொண்டவர்கள், மெய்யறிவானவர்கள் மற்றும் நல்லவர்களின் அன்புக்கு உகந்தவனே,

இப்பொழுது எனக்குத் துணையாக இரு;

உலகின் துன்பத்தை என் மடியிலிருந்து நீக்கு! வீணான நெடுஞ்சாலைகளில் நான் பயணித்துக்

களைத்துப் போயிருக்கிறேன்,

அதன் பேரிரைச்சலும், சத்தமும், அனைத்தையும் மூழ்கடிக்கின்றன, சோக நினைவுகளைத் தவிர.

வாழ்வு என்னும் இல்லம் ஒத்திசைய அனுமதியாமல்

தடுக்கும் துயர்களாலும், பயங்கரங்களாலும், கண்ணீராலும்

நான் களைத்துப் போயிருக்கிறேன்.,

ஆழ்கடலின் பேரலைகள், கண்டங்களின்

காப்பு அரணான பெரும் பாறைகளை அரித்துத் தின்கின்றன,

நான் என்றும் மாறாத நிம்மதியை நாடுகிறேன்.

எந்தப் புயலையும் அறியாத சாந்தம் வேண்டும்;

நிலைத்திருக்கும் அமைதி வேண்டும்.

கேளிக்கை இன்பங்கள் குழப்பத்தை வழங்கும், மனநிறைவைத் தராது:

புலன்களின் ஆர்ப்பரிப்பு மடிந்து, ஓயும்போது,

துக்கமும் வலியும் திரும்ப வரும்.

இதயத்தை உறுத்தும், வாடச்செய்யும், வறண்ட நிலப்பரப்பின் மேல்

உயர வட்டமிட்டு பறந்து இரை தேடி ஏமாற்றமடைந்த பறவையின் அழுகுரல் போல.

தேடி ஏமாற்றமடைந்த மனப்பறவைகள் மனதில் வட்டமிடுகின்றன.

சுயநலத்தின் இருப்பிடத்தை சீரமைக்க துக்கமும் தேவையும்

அவற்றின் படையை அணிவகுத்து

உடன் அழைத்துச் செல்லும். மெய்யறிவு எங்கே இருக்கின்றது என்று

நிம்மதி எங்கே உறைகின்றது என்று

உலகின் மாயைகளால் தொட முடியாத நிலையில் உள்ள,

என்றும் மாறாத கம்பீர பேருண்மையை,

நிம்மதியின் உறைவிடத்தை, மெய்யறிவின் இருப்பிடத்தைக் காண்பேன்.

அறியாமையும், பிழையும், துன்பமும் உள்ளன என்று அறிந்து

அறிவையும், உண்மையையும், நிம்மதியையும் தேடுபவன்,

சே. அருணாசலம்

நிச்சயம் அதனை அடைவான், இருள் என்பது ஒளியின் இருப்பை

மறைமுகமாக உறுதிப்படுத்துகிறது:

அதை நாம் இன்னும் காணவில்லை என்றாலும்.

நாம் தூங்கி விழிக்கிறோம்,

விழித்திருக்கும் வேளையில் தூக்கத்தின் போது நம்மை குழப்பத்தில் ஆழ்த்திய கனவை அறிகிறோம்;

அது எப்படி திகிலூட்டும் வண்ணம் என்னவென்று விவரிக்க முடியாதபடி மனதில் எழுந்து

அனைத்தையும் புரட்டிப் போட்டது என்று பார்க்கிறோம்;

ஒருவேளை வெறியுணர்வும், தீரா ஆசையும் கொண்ட இந்த வாழ்வும்

(குழப்பமும், பயமும், புரிதலின்மையும்)

கனவாக கூட இருக்கலாம்,

திகிலூட்டும் அந்தக் கனவின் துக்கத்திலிருந்து

நாம் விழித்தெழுந்து

உண்மையின் மகிழ்ச்சியை உணரலாம்.

ஆனால், ஒருவன் தன் வெறியுணர்வுகளைக் கடிவாளம் கொண்டு கட்டுப்படுத்தினாலன்றி, தனது ஆசைகளை அடக்கினாலன்றி,

தனது மனஉறுதியை வளர்த்துக் கொண்டாலன்றி,

அவன் எப்படி விழிப்புணர்வு பெறமுடியும்?

வெறியுணர்வுகள் வாழ்வின் குழப்பமான கனவுகளாக இருக்கின்றன என்றால்,

வாழ்வின் சாரமாகவும், உண்மைத்தன்மையாகவும் இல்லை என்றால்,

எவன் வெறியுணர்வை உதிர்த்து வெளியேற்றுகிறானோ

அவன் உண்மையை அறிந்து கொள்வான்; அது நிச்சயும் அவ்வாறு தான் இருக்க வேண்டும்.

அதனால் தான் யாரும் வந்து செல்லாத இந்த இடத்திற்கு

வர என்னை நானே பணித்துக் கொண்டேன்,

தூய்மையாலும், சுயகட்டுப்பாட்டாலும்

நான் மேன்மை பெறலாம்.

வலிமிகுந்த தூக்கத்திலிருந்தும், இரவு என்னும் துக்கத்திலிருந்தும்

சே.அருணாசலம்

விழிப்புணர்வின் பார்வை மனிதர்களை விடுவிக்கும்.

என்னை நோக்க இங்கு யாரும் இல்லை,

இந்த தனிமையில் என் இதயத்தை தூய்மைப்படுத்தி என் மனதை பயிற்றுவிப்பேன்,

இனிமையான, சுயநலமில்லாத, உண்மையான பாதைகளில் பயணிக்க,

என் அகம்பாவத்தையும், வெறியுணர்வையும் அடக்குவேன்;

ஒருவேளை என்றும் மாறாதிருக்கும் உண்மை எனக்கு வெளிப்படலாம்,

கடமை என்னை எங்கே அழைக்கிறதோ,

அங்கே சலனமின்றி, துக்கமின்றி செல்வேன்.


மேலும், இங்கே

வயது முதிர்ந்த ஓர் தீர்க்கதரிசி வசிக்கிறார். எனக்கு அவ்வாறு சொல்லப்பட்டு இருக்கிறது.,

மனதின் குழப்பமிக்க பாதைகளைக் கடந்த அமைதியான நல்வழியை,

உண்மையின் உறுதியான சிகரத்திற்கு அழைத்துச் செல்லும்

பாதையை எனக்கு அவர் காட்டலாம்.

அவரை நான் தேடி கண்டடைவேன்.

ஆனாலும், களைத்துப் போயிருக்கிறேன். எனக்கு ஓய்வு தேவைப்படுகிறது.

நான் இங்கே சிறிது நேரம் படுத்துத் தூங்குவேன், படுத்துத் தூங்குகிறான்.

ஓ, இனிமையான, குளுமையான காற்றே!

பகற்பொழுதின் வெப்பமான சுட்டெரிக்கும் கதிர்களை தணிப்பவளே!

என் மீது இப்போது வீசு.

இனிய, தன்னை மறக்கும் நிலைக்கு என்னை அழைத்துச் செல்.

அலைகளுடன் போராடி, நான் களைத்துப் போயிருக்கிறேன்.

இப்பொழுது நான் தூங்கப் போகிறேன்.

அலைகடலில் நான் மேற்கொண்ட நீண்ட நெடிய தேடலால், என் உடல் சோர்ந்து போயிருக்கிறது.

ஓ இயற்கை அன்னையே, உன் மடியில், நான் பாதுகாப்பாக தூங்குகிறேன்.

தூங்குகிறான்.

மனித இயல்பின் குரல்கள்

முதல் குரல்:

ஓ, இயோலஸ், இதைக் கேள்.

இந்த உலகம் வெறியுணர்வால் நெய்யப்படுகிறது;

உனது அற்ப வலிமையால் அந்த வலைப்பின்னலை உன்னால் உடைக்க முடியாது.

உனக்குள் ஏங்கித் தவிக்கும் ஒன்றுக்கு நீ தலைவணங்கு;

ஆசைகளை ஈடேற்றிக்கொள்; இன்பத்தை புறந்தள்ளாதே.

வா, இயோலஸ் வா!

நான் உன்னை வழிநடத்துகிறேன் இயோலஸ்!

உனக்கு வழிகாட்டியாக நான் இருக்கிறேன் இயோலஸ்!

வா, இயோலஸ் வா! வா, இயோலஸ் வா!

எதிரொலிகள்:

வா, இயோலஸ் வா!

இரண்டாவது குரல்:

பூமி என்னும் கேளிக்கை கூடத்தில்
   ஓர் இனிய மயக்கம் இருக்கிறது;
புதுப்பிக்கப்பட்ட உணர்வோடு
   காதலும், மகிழ்ச்சியும் இருக்கின்றன.

முதல் குரல்:

வா, இயோலஸ் வா! வா, இயோலஸ் வா!

எதிரொலிகள்:

வா, இயோலஸ் வா!

மூன்றாவது குரல்:

நாம் எதைக் காண்கிறோமோ அது நிச்சயமானது;

நாம் எதை உணர்ந்திருக்கிறோமோ அதை அறிகிறோம்.

இன்பம் பாதுகாப்பானது.

வாழ்வு என்பது கொண்டாடுவதற்காகவே.

முதல் குரல்:

வா, இயோலஸ் வா! வா, இயோலஸ் வா!

எதிரொலிகள்:

வா, இயோலஸ் வா!

இரண்டாவது குரல்:

வா, வந்து வாழ்வின் மதுவை அருந்து.

கொண்டாட்டம் பழமையானால், இன்னும் ருசிக்கும் ;

உனது வீணான தேடலை நிறுத்து;

புனிதமாக விழித்திருப்பது இளமையை பாழ்படுத்துகின்றது.

வாலிபம் சிறை வைக்கப்படுகிறது.

பின்பு இயற்கையின் மீது பழி சுமத்தப்படுகிறது.

முதல் குரல்:

சே. அருணாசலம்

வா, இயோலஸ் வா! வா, இயோலஸ் வா!

எதிரொலிகள்:

வா, இயோலஸ் வா!

மூன்றாவது குரல்:

உயர்வு, தாழ்வு என்று இனி எதையும் நினையாதே;
 உனது போராட்டத்தைக் கைவிடு.
உனது குறிக்கோளையும், இலட்சியத்தையும், சந்தேகத்தையும், ஏக்கத்தையும் கைவிடு;
 கொண்டாட்டத்திற்கான சமவெளி பாதை அமைக்கப்பட்டுள்ளது
இனி எதையும் தேடாதே;
கொஞ்சம் ஓய்வெடு, உனது துன்பம் முடிந்துவிட்டது.

*நிம்மதியின் பாடல்கள்*

முதல் குரல்:

வா இயோலஸ் வா!
நான் உன்னை வழிநடத்துகிறேன் இயோலஸ்!
உனக்கு வழிகாட்டியாக நான் இருக்கிறேன் இயோலஸ்!

வா, இயோலஸ் வா! வா, இயோலஸ் வா!

எதிரொலிகள்:

வா, இயோலஸ் வா!

பூமி:

இந்த பேரண்ட வெளியில் எண்ணிலடங்கா யுகங்களாக நான் சுழல்கிறேன்;

முடிவில்லா காலத்தின் விரல்கள் பதித்த பழைய யுகங்கள் முதல் புதிய யுகங்கள் வரை;

அதைப் பின்தொடர்ந்து நான் செல்லத்தான் வேண்டும்;

எனக்கு ஓய்வே இல்லை !எனக்கு ஓய்வே இல்லை!

நம்பிக்கையோடும், பயத்தோடும், அன்போடும், வெறுப்புணர்வோடும், நான் செல்லத்தான் வேண்டும்.

நான் சபிக்கப்பட்டு இருக்கிறேன்!

நான்காவது குரல்:

ஓ, இயோலஸ், இதைக் கேள்.

துக்கம் இந்த முழு பிரபஞ்சத்தையும் இருளாக்குகின்றது;

அதன் உயிரினங்கள் வலியாலும், வேதனையாலும் துடிக்கின்றன;

உதவியின்றி அவை அழுகின்றன. யாரும் அதைக் கேட்பதுமில்லை,

உதவிக்கு எவரும் வருவதுமில்லை;

இந்த வாழ்வு இருள்மயமானது. அதன் அர்த்தம் யாருக்கும் தெரியாது.

இதைக் கேள் இயோலஸ்!
உன்னை யாரும் வழிநடத்த முடியாது இயோலஸ்!
உனக்கு யாரும் வழிகாட்ட முடியாது இயோலஸ்!

இதைக் கேள் இயோலஸ்! கேள்! இதைக் கேள் இயோலஸ்!

எதிரொலிகள்:

இதைக் கேள் இயோலஸ்!

*சே. அருணாசலம்*

ஐந்தாவது குரல்:

இந்த பூமி என்னும் மருத்துவமனையில் துன்பமும், துக்கமும் வசிக்கின்றன;

ஒவ்வொரு நாளும்

இரவும், காலையும்,

அவை வேதனையையும் இறப்பையும் கொண்டு வருகின்றன.

நான்காவது குரல்:

இதைக் கேள் இயோலஸ்! கேள்! இதைக் கேள் இயோலஸ்!

எதிரொலிகள்:

இதைக் கேள் இயோலஸ்!

ஆறாவது குரல்:

காண்பவை எல்லாம் நிச்சயமானவை அல்ல.
உணர்பவை எல்லாம் தூக்கி வீசப்படும்.
சுயம் என்பது பாதுகாப்பு அற்றது.
வாழ்வு என்பது வேதனை மட்டுமே.

நான்காவது குரல்:

இதைக் கேள் இயோலஸ்! கேள்! இதைக் கேள் இயோலஸ்!

எதிரொலிகள்:

இதைக் கேள் இயோலஸ்!

பல கூட்டுக்குரல்கள்:

நாம் துக்கப்படுகிறோம், துயரப்படுகிறோம்;

நாம் அழுகிறோம், கண்ணீர் வடிக்கிறோம்;

நீரோடையின் மீது வீசும் காற்றைப் போல இங்கும் அங்கும் அலைகிறோம்,

நிம்மதியைத் தேடி,

வீணாக நமது முடிவுறாத கனவின் வலியிலிருந்து

விடுபட விரும்புகிறோம்..

நான்காவது குரல்:

இதைக் கேள் இயோலஸ்!

உன்னை யாரும் வழிநடத்த முடியாது இயோலஸ்!

உனக்கு யாரும் வழிகாட்ட முடியாது இயோலஸ்!

இதைக் கேள் இயோலஸ்! கேள்! இதைக் கேள் இயோலஸ்!

எதிரொலிகள்:

இதைக் கேள் இயோலஸ்!

உண்மையின் குரல்கள்:

முதல் குரல்:

விழித்தெழு இயோலஸ்!

விழித்தெழு ! இரவின் கனவுகளைக் களைத்தெழு,

துக்கமில்லாத அமைதியில்

வெறியுணர்வில்லாத மெய்யறிவு

உனக்காக காத்துக் கொண்டிருக்கிறது.

மாறும் காலத்தின் படிமங்களை விட்டுத் தள்.

நுட்பமான உண்மையின் கரடுமுரடான பாதையில் நடைபழகு ;

அச்சமோ, துக்கமோ, இச்சையோ இன்றி,

தூசாக போகும் உன் சுயத்தை அடக்கு,

விழித்தெழு இயோலஸ்! இயோலஸ், விழித்தெழு!

பல கூட்டுக்குரல்கள்:

இயோலஸ், விழித்தெழு!

இரண்டாவது குரல்:

நாடுபவனையே அறிவு வந்தடையும் ;

பாடுபட்டு முயற்சிப்பவனையே மெய்யறிவு முடிசூட்டும்;

பாவமில்லாத மவுனத்தில் நிம்மதி பேசும்,

அனைத்தும் மறைந்து போகும், உண்மை எஞ்சி இருக்கும்

முதல் குரல்:

விழித்தெழு இயோலஸ்! இயோலஸ், விழித்தெழு!

பல கூட்டுக்குரல்கள்:

இயோலஸ், விழித்தெழு!

மூன்றாவது குரல்:

அறநெறியின் வழிகாட்டலை ஏற்று பின்தொடர்வாயாக,

உயர செல்வாயாக. இன்னும் உயர செல்வாயாக;

தூய்மை இறைஞ்சி கேட்கும்போது, செவி கொடு,

அவள் நெருப்பை அணைக்காதே.

எவன் அனைத்து ஆசைகளிலிருந்தும்

சுத்திகரித்துக் கொண்டு மேலெழுகின்றானோ

அவன் பேருண்மையைக் காண்பான்

முதல் குரல்:

விழித்தெழு இயோலஸ்! இயோலஸ், விழித்தெழு!

பல கூட்டுக்குரல்கள்:

இயோலஸ், விழித்தெழு!

நான்காவது குரல்:

எவன் தூய்மையை அடைந்து விட்டானோ

அவன் உண்மையின் குறையில்லாத ஆலயத்தை காண்பான்.

விழித்தெழு, சுயம் மற்றும் பாவத்தின் கனவுகளை களைத்திடு!

நேர்வழியின் சீரிய ஒளி வீசும் நுழைவாயிலை காண்.

அதில் நுழைந்திடு.

முதல் குரல்:

விழித்தெழு இயோலஸ்! இயோலஸ், விழித்தெழு!

பல கூட்டுக்குரல்கள்:

இயோலஸ், விழித்தெழு!

ஐந்தாவது குரல்:

உன்னை நீ வெல்,
அப்போது தான் நீ அறிவாய்;
உயர்வானதை அடைய முயற்சி செய்,
தாழ்வானதை விடு.
பாவங்களோடும், துக்கங்களோடும்,
கண்ணீரோடும், வலிகளோடும்,
பாடுபடுபவன்
தன்னை வெல்லும்போது,
மீட்பு அவனை வந்தடையும்.

சே. அருணாசலம்

முதல் குரல்:

விழித்தெழு இயோலஸ்! இயோலஸ், விழித்தெழு!

பல கூட்டுக்குரல்கள்:

இயோலஸ், விழித்தெழு!

சுவர்கம்:

காலயுகங்களின் பார்வை
என்மீது எப்போதும் விழுகிறது;
ஞானிகளின் கருத்து உணர்வுகளில்
நான் பேசப்படுறேன், நிராகரிக்கப்படுகிறேன்..
நான் ஒருபோதும் மாறுவது கிடையாது.
பாவமும், துக்கமும் என்னை களங்கப்படுத்த முடியாது;

எவன் என்னை அடைய விழைகிறானோ,

அவன் குறைகளை நீக்கி தன்னை சரிசெய்து கொள்ள வேண்டும்.

இயோலஸ்: (விழித்தெழுந்தபடி)

யார் என்னை வழிநடத்துவார்கள்,

யார் எனக்கு வழிகாட்டுவார்கள்,

ஆழ்ந்த துன்ப இருளில் தவிக்கும் என்னை?

சுவர்கம்:

தீவின் மையப்பகுதியில்

நீ தேடுகின்ற ஞானி காத்திருக்கிறார்.

சரிந்து விழமுடியாத பாறையில்

உனக்கு வழிகாட்டப்போகும் தீர்க்கதரிசி அமர்ந்திருக்கிறார்.

சே.அருணாசலம்

இயோலஸ் விழித்தெழுகிறான்.

இயோலஸ். மனதின் முரண்பட்ட மனக்காட்சிகளின் இடையே

நான் தேடும் நிச்சயத்தன்மையை,

உறுதிநிலையை, இனியும் அடைய முடியாது.

எங்கே இரைச்சல் தலைவிரித்தாடுகிறதோ, அங்கே மௌனத்தால் பேசமுடியாது;

எத்தனை குரல்கள், எத்தனை குரல்கள்!

பல இரவு பகல்களாக அலைந்து திரிந்த பிறகு

நான் ஒரு வழியை தேடுகிறேன், ஒரு குரலை கேட்கத் தவிக்கிறேன்,

ஆனால் உண்மை என்னை ஒதுக்குகின்றது.

என் முன் தோன்ற மறுக்கின்றது,

இப்போது நான் தீவின் மைய பகுதிக்குச் செல்லப் போகிறேன்,

அங்கு வாழும் தீர்க்கதரிசியை நாடி.

காட்சி தீவின் மையத்திற்கு மாறுகிறது. மதிக்கத் தோன்றும் வயது முதிர்ந்த ஓர் மனிதர் வந்து, பாறையின் மீது அமர்கிறார்.


இயோலஸ்: நான் தேடிக்கொண்டிருக்கும் தீர்க்கதரிசி நீங்கள் தானா?


தீர்க்கதரிசி: ஆம், நான் தான்.


இயோலஸ்: எனக்கு வழிகாட்டியாக இருக்க வேண்டுகிறேன்.

நீங்கள் மெய்யறிவானவர், நான் அறியாமையில் உழல்கிறேன்.

நீங்கள் பேசுங்கள், நான் கேட்கிறேன். போதியுங்கள், நான் போதிக்கப்பட்டவனாவேன்.

உண்மைக்கு இட்டுச் செல்லும் பாதையைப் பற்ற எனக்கு உதவுங்கள்.

கற்களாலும், முட்களாலும் அது நிரம்பிக் காணப்பட்டாலும்

நான் அதில் துணிந்து நடப்பேன்;

சே. அருணாசலம்

உண்மையின் காட்சியைக் காண

ஒருவன் வெறுங்கால்களுடன்

நடக்க வேண்டியதாக இருந்தாலும்,

நான் நடக்கத் தயாராக இருக்கிறேன்.

காயங்களையும், இரத்த சிந்துதல்களையும்,

என் மன உறுதியையும், மனத்திட்பத்தையும் வளர்க்க உதவுபவைகளாக ஏற்றுக் கொள்வேன்.

மெய்யறிவோடு எனக்கு பணிக்கப்பட்ட கடமைகளை நிறைவேற்றிய வண்ணம்

எனது புனித பயணத்தை மேற்கொள்வேன்.

என் செவிகளை நான் திறந்து வைத்திருக்கிறேன்.

நீங்கள் என் மனக்கண்களைத் திறக்க வேண்டுகிறேன்,

காரணம், நான் என் பாதையைக் காண முடியாமல் பார்வை இழந்து தவிக்கிறேன்.


தீர்க்கதரிசி: உண்மையின் ஒருமையை எவன் கண்டுணர விழைகிறானோ,

அவன் தனது மனக்கண்ணிற்கு அவ்வளவு பேராற்றல் இல்லை என்பதை முதலில் அறிய வேண்டும்.

எவன் பார்க்க விரும்பவில்லையோ, அவனால் பார்க்க முடியாது,

தான் ஏற்கனவே காண்பதாக நினைத்துக் கொண்டிருக்கிறான்,

ஆனால், அவன் செயல்கள் அவனது ஆன்மீக குருடன் என பறைசாற்றுகின்றன. தாழ்மை நெஞ்சம் கொண்டவர்களுக்காக

உண்மை காத்துக் கொண்டிருக்கிறது. வெறியுணர்வுகளால் கட்டப்பட்டு,

கண்கள் குருடானவன் என்று அறிந்து கொண்டுள்ளவன்,

மெய்யறிவு பாதைக்குள் அடியெடுத்து வைத்துள்ளான். உன்னால் காண முடியும்.


இயோலஸ்: என்னால் எதையும் காண முடியவில்லை, என் மனதின் இருளைத் தவிர.

அந்த இருளில் உருவங்கள் மாறிக்கொண்டே இருக்கின்றன.

என் மனதில் அச்சத்தையும், களங்கத்தையும் ஏற்படுத்துகின்றன.

மெய்யறிவில்லாமல் அறியாமையில் உழல்கிறேன்.

ஆனாலும், அறிய ஆவல் கொண்டிருக்கிறேன்.

அறியும் வரை நான் முயற்சியை கைவிடமாட்டேன்.


தீர்க்கதரிசி: நீ இருளில் மூழ்கி இருப்பதை உணர்ந்திருக்கிறாய்.

நீ அறியாமையில் உழல்வதை அறிந்திருக்கிறாய்.

மெய்யறிவையும், மனக்கண்பார்வையையும் இந்த அளவு நீ பெற்றிருக்கிறாய்.

நீ தேடுதலில் தொடர்ந்து ஈடுபடு.

நீ நிச்சயம் காண்பாய்.


இயோலஸ்: தேடுதலை நான் எவ்வாறு தொடங்குவேன்?


தீர்க்கதரிசி: உனது வலிமை மற்றும் தன்னம்பிக்கையைக் கூட்டிக்கொள்;

உனது உள்ள உறுதியின் கட்டளையை உன் மனம் பணிந்து ஏற்கும்படி செய்:

உன்னை நீ ஆளவேண்டும்;

எந்த மனஉந்துதலோ அல்லது நுட்பமான மனநிலையோ அல்லது ஊற்றெடுக்கும் ஆசையோ

உன்னை இழிநிலையில் தள்ளாது இருக்கும்படி பார்த்துக் கொள்;

ஒருவேளை நீ கீழே விழ நேர்ந்துவிட்டால்,

மீண்டும் எழுந்து உனது மாண்பை நிலைநாட்டு.

கீழே விழுந்த அனுபவத்தின் வாயிலாக மெய்யறிவின் பாடங்களைக் கற்றுக்கொள்.

மனதைக் கட்டுப்படுத்தும் ஆற்றலை வளர்த்துக் கொண்டே இரு,

நீ சந்திக்கும் எந்த ஒரு சூழ்நிலையிலும்

ஒரு நன்மையைக் கடைந்தெடு.

சந்தித்து மீண்ட துன்பங்களின் அனுபவப் பாடங்களை உனது உள்ளத்தில் தேக்கி வைத்துக் கொள்.

உயர்ந்தவற்றைத் தவிர, வேறு எதற்கும் அடிபணியாதே.

*சே. அருணாசலம்*

பரிசை வெல்வதற்காக பயிற்சி செய்யும் விளையாட்டு வீரனைப் போல மகிழ்ச்சி கொள்,

உனது முழு வலிமையும் பரிசோதனைக்கு உள்ளாக்கப்படும் போது;

இச்சைகள், தூண்டுதல்கள், ஆசைகள், தன்முனைப்பு,

ஏமாற்றம், துக்கம், வருத்தம்,

அச்சம், சந்தேகம், அத்துமீதும் புலம்பல் ஆகியவற்றுக்கு அடிமையாகயிராதே.

ஆனால், சாந்த மனதால் உன்னைக் கட்டுப்படுத்திக்கொள்.

உனக்குள் இருந்து பிறரை ஆளும் ஒன்றை,

இதுவரை உன்னை ஆட்டி வைத்துக் கொண்டிருந்த அந்த ஒன்றை, இனிமேல் நீ ஆள வேண்டும்:

உன் உணர்வுகளின் வேட்கை உன்னை ஆளக்கூடாது.

நீ உன் உணர்வுகளின் வேட்கையை ஆள வேண்டும்.

உன் வெறிய உணர்வுகளின் வேட்கை நிம்மதியாக மாறும் வரையிலும் நீ உன்னை கட்டுப்படுத்தி ஆள வேண்டும்.

மெய்யறிவு உன்னை முடிசூட்டும்;

இவற்றை நீ அடைய வேண்டும், அடையும் போது, அறிந்து உணர்வாய்.

இயோலஸ்: நீங்கள் எனக்கு வுகுத்துள்ள பாதை மிகக்கடினமாக இருக்கிறது.

அது மிக ஏற்றமாகவும், விநோதமாகவும் உள்ளது.

அது அழைத்துச் செல்லும் இடம்

அறியப்படாததாகவும், தெரியப்படாததாகவும் உள்ளது. அதன் சிகரங்கள் பார்வைக்கு எட்டாததாக இருந்தாலும்,

அது அணுகக்கூடியது என்றே படுகிறது.

அங்கே அவனுக்காக என்ன காத்திருக்கிறது என்பதை

அதை ஏறுபவன் மட்டுமே அறிவான்.

நம்பிக்கை கொண்ட செவிகளுடன் ஒருவன்,

ஆன்மீக மலையேற்ற பயணம் மேற்கொள்பவனிடம்

அதன் அறியப்படாத சிகரங்களை பற்றிக் கேட்டு அவன் எதை அறிந்து கொள்வான்?

அவன் அதைக் கேட்டு நம்பிக்கையை வளர்த்துக் கொள்வதைத் தவிர வேறு எதைச் செய்ய முடியும்? அவனும் ஏறினாலன்றி அவன் எதை ஆதாயமாக பெற முடியும்?

வார்த்தைகளையும், ஆச்சரியங்களையும், கனவுகளையும் தவிர.


நான் நம்பிக்கையை கடந்து மெய்யறிவிற்குள் அடியெடுத்து வைப்பேன்.

நம்பிக்கையின் பள்ளத்தாக்குகளில் நான் சோம்பி இருக்க மாட்டேன்.

வாய் வார்த்தை யூகங்களில் திருப்தி அடையாத வண்ணம்

நான் ஆன்மீக மலையேற்றக்காரனாக இருப்பேன்.


தீர்க்கதரிசி:

மலையேற்றக்காரன் யார் என்றால் முயற்சியை எந்த நிலையிலும் கைவிடாது தொடர்ந்து முன்னேறுபவனே ஆவான்.

இயோலஸ்: இருந்தாலும்,

அந்தப் பாதையில் யார் வழிகாட்டுவார்கள்? அது எங்கு அழைத்துச் செல்கிறது?

அனைத்துமே பார்வையைக் கடந்த தூரத்தில், இருளில், புரியாத புதிராய் இருக்கிறது. அளப்பரிய முயற்சியின் விளைவாக என்ன காத்திருக்கிறது?

துணிச்சலான மலையேற்றக்காரன் ஏதேனும் ஒரு இடர்பாட்டை சந்தித்தாலோ

அல்லது அவன் கால்தடம் பதிக்கும் பாறை சறுக்கி விழுந்தாலோ

அல்லது பசியும் குளிரும் அவன் வலிமையை சோதித்தாலோ,

அவன் என்ன செய்வான்? வெறியுணர்வு இனிமையாக அறியப்பட்டது.

அதை அனுபவிக்க முடியும்.

அது மலையடிவாரத்தில் சுற்றுவட்டத்தில் காணப்படுகிறது.

மனதிற்கு பரிச்சயமான பள்ளத்தாக்குகளில்

மென்மையான பாசம் என்னும் இனிமையான மலர்கள் பூத்திருக்கின்றன,

அதன் இனிமையான மணம் பரவி பரவசப்படுத்துகின்றது.

உழைப்பு மற்றும் காதலின் கனிந்த கனிகள்

பறிக்கும் உயரத்தில் தொங்குகின்றன ;

நிச்சயமாக தெரிந்த இவற்றையெல்லாம்,

தெரியாத நிச்சயமற்ற ஒன்றுக்காக, நான் கைவிட வேண்டுமா?

இவையெல்லாம், பாதுகாப்பான, நிலைத்த உடைமைகள் அல்லவா?

ஆனால், நான் தேடும் இந்த உண்மை – அது எங்கே இருக்கிறது? உண்மை குறித்த இந்தத் தேடல்

என் மனதை ஆட்டி வைக்கிறது.

அது எங்கே என்னை அழைத்துச் செல்லும் என்று எனக்குத் தெரியவில்லை.

அது உண்மை நிலையா அல்லது வெறும் யூகமா?

இறுதியில் நமக்கு தெரிந்தது எல்லாம் முடிவில்லாத மாற்றங்களில் அகப்பட்டு இருக்கிறது என்பது தான்;

சுற்றிக் கொண்டே இருக்கும் பூமியைப் போல

அலைபாய்ந்து கொண்டே இருக்கும் அலைகள் போல்.

மனிதன் அந்தந்த சுழலில் அகப்பட்டு இருக்கிறான்;

அந்தச் சுழலில் அகப்பட்டுள்ளதால்

அவன் கையில் பற்றும் எந்த பொருளையும்

நிலையான மகிழ்ச்சிக்கு உரியதாக கருதுகிறான்.

சிறிது நேர கொண்டாட்டத்தில் அது மீண்டும் கிழிந்து போகிறது. எதுவும் நிலைப்பதில்லை.

அனைத்தும் இறந்து கொண்டிருக்கிறது. அவை வாழும்பொழுதே.

வாழ்வும் கடந்து போகிறது. காத்திருக்கிறது என்று எண்ணும்போதே.

எந்த இனிதான உடைமையும் இல்லை. எந்த அரிதான ஆனந்தமும் இல்லை.

எந்த மகிழ்ச்சியான சூழலும் இல்லை.

எந்த குதுகலமான கொண்டாட்டமும் இல்லை.

"இவை இல்லாமல் எந்த காலமும் இல்லை"

என்று சொல்லும் அளவிற்கு.

எது வருகிறதோ அது கடந்து போகும். அது மீண்டும் வருவதில்லை.

எது வளர்கிறதோ அது அழியும். எது மேல் எழுகிறதோ அது கீழே விழும்.

எது வாழ்ந்து செழிக்கிறதோ அது இறந்து வாடிப்போகும்.

அப்படியென்றால், எது தான் நிச்சயம்?

எங்கே தான் மெய்யறிவு இருக்கிறது? எங்கே தான் அடைக்கலமும், ஆறுதலும் இருக்கின்றன?

தீர்க்கதரிசி: உண்மையில் ஆறுதல் இருக்கின்றது.

இயோலஸ்: இறப்பில் ஆறுதல் இல்லையா?

தீர்க்கதரிசி: இறப்பில் ஆறுதல் இல்லை.

இயோலஸ்: வாழ்விலும் ஆறுதல் இல்லை. இறப்பிலும் ஆறுதல் இல்லை. அப்படியா சொல்கிறீர்கள்?

தீர்க்கதரிசி: வாழ்விலும் ஆறுதல் இல்லை.

இறப்பிலும் ஆறுதல் இல்லை.

ஆனால், வாழ்வோ, இறப்போ, உண்மை என்ற ஒன்றில் ஆறுதல் இருக்கிறது.


இயோலஸ்: நன்மையின் தூதுவரே நிலையான ஒன்றுக்கு என்னை வழி நடத்துங்கள்;

அழிவில்லா நகருக்கு இட்டும் செல்லும் உரிய நெடுஞ்சாலையில்

என் கால்களை பதிக்க உதவுங்கள்.

என்றும் இறவாத பேருண்மையின்

ஆறுதலையும், அடைக்கலத்தையும் என்னால் அடைய முடியும்.


தீர்க்கதரிசி: உனக்குள் உற்றுநோக்கு. மாற்றங்களுக்கு இடையிலே என்றும் மாறாததன் உறைவிடம் அமைந்திருக்கிறது;

பாடுபடுதலின் இதயத்தில்

சே. அருணாசலம்

நிறைவான நிம்மதி நிலைத்திருக்கின்றது.
உலகத்தின் ஓய்வில்லாத பாடுபடுதலின் வேராக

வெறியுணர்வு இருக்கின்றது.

அந்த வெறியுணர்வின் இதயத்தில் உண்மை உறைந்திருக்கிறது;

நீதிகளுக்கெல்லாம் நீதி உன் மனதில் இருக்கின்றது,

அதன் நிலையான கட்டளைகள் எல்லாம்

உன் இதயச் சுவற்றில் எழுதப்பட்டிருக்கின்றன.

உன் வெறியுணர்வை கட்டுப்படுத்து.

உண்மை உனக்கு வெளிப்படும்.

எவன் வெறியுணர்வை பின்பற்றுகிறானோ, அவன் வலியைக் காண்பான்.

எவன் வெறியுணர்வை அடக்கி ஆள்கிறானோ, அவன் நிம்மதியைக் காண்பான்.


இயோலஸ்: வெறியுணர்வுக்கு அடிமையாகாமல்,

வெறியுணர்வை கட்டுப்படுத்தி ஆளவேண்டும்,—
இது தான் அந்த வழியா?

தீர்க்கதரிசி: நீ சரியாக சொல்லியிருக்கிறாய். இனிமையான பருப்பு கடுமையான ஓட்டின் உள் இருக்கின்றது.

அந்தக் கடுமையான ஓடு உடையாமல் இருக்கும்போது, நாம் அந்த பருப்பின் சுவை அறிய முடியாது.

அதுபோலவே வெறியுணர்வு என்ற கடுமையான ஓட்டின் உள் உண்மை மறைந்திருக்கிறது.

அந்த ஓட்டை உடைத்து தூக்கி எறியும் வரை

அதன் உள் இருக்கும் உண்மையை அறிய முடியாது.

எவன் அந்த ஓட்டை பாதுகாக்க நினைக்கின்றானோ,

அவன் உண்மையின் ஆனந்தத்தை அறிய முடியாது.

மெய்யறிவு அவன் கண்களுக்குப் புலப்படாது.

வாழ்வின் வெறுமையை சுவைக்கும் ஊதாரி மகன் போல,

உமிக்குள் இருக்கும் அரிசியை விடுத்து, உமியை மெல்வது போல

என்றும் மாறாத உண்மையை உணராமல், அவன் வாழ்கிறான்.

எவன் தீமையை வெல்கிறானோ,

எவன் தன்னைக் கட்டுப்படுத்தி ஆள்கிறானோ,

நம்பிக்கை வழங்கும் மங்கிய வெளிச்சத்தின் துணையோடு இருட்டை கடந்து செல்கிறானோ,

அவன் மீதே மெய்யறிவின் ஒளி வீசும்.

அந்த ஒளி அவனை

மகிழ்ச்சி, நிம்மதி மற்றும் மீட்பு ஆகியவற்றால் தழுவும்.


இயோலஸ்: வெறியுணர்வை கடைப்பிடித்தால், துக்கம் பின்தொடரும் என்று நான் அறிவேன்;

இந்த உலக வாழ்வின் கொண்டாட்டங்களை அடுத்து,

துக்கமும், வெறுமையும், இதய வலியும் காத்திருக்கின்றன என்று நான் அறிவேன்;

அதனால் நான் துக்கமாக இருக்கிறேன் என்றாலும் உண்மை இருக்கின்றது.

அதை உணர இயலும்;

நான் துக்கத்தில் இருக்கிறேன் என்றாலும்,

நான் உண்மையைக் காணும் போது மகிழ்ச்சி அடைவேன் என்பதை நான் அறிவேன்.

தீர்க்கதரிசி: உண்மையின் ஆனந்தத்தைப் போல மகிழ்ச்சியானது வேறு எதுவும் இல்லை.

இதய தூய்மை கொண்டவர்கள் மகிழ்ச்சிக் கடலில் நீந்துகிறார்கள்.

வலியோ, துக்கமோ அறியப்படாத மகிழ்ச்சிக் கடலில் நீந்துகிறார்கள்.

காரணம், பிரபஞ்சத்தை முழுமையாக உணர்ந்தவர்கள் எவ்வாறு துக்கமாக இருக்க முடியும்?

மகிழ்ச்சி என்பது உண்மையை உணர்வதாகும்.

உண்மையை அறிந்து உணர்ந்து செயல்படுத்தி வாழ்பவர்கள்

நிறைவான வாழ்வை அடைந்து மகிழ்ச்சியுறுகிறார்கள்.

இயோலஸ்: அந்த நிறைவான வாழ்வை அடைய நான் முயற்சிக்கிறேன்.

அந்த பேரருள் நிலையின் சிகரங்களை என்னால் தொட முடியுமா?

தீர்க்கதரிசி: கலக்கமுறாதே,

பேரருள் நிலைகளின் சிகரங்களை நீ அடைவாய்.

இயோலஸ்: என்னால் நம்ப முடியவில்லை. அது எப்படி? எப்போது? எங்கு? பாதை அருகே இருப்பதாகவே எனக்கு தோன்றுகிறது.

ஆனால், என்னால் காண முடியவில்லை.

தீர்க்கதரிசி: மெய்யறிவாளர்களின் துணையாக இருக்க விரும்புபவன் புழு பூச்சிகளோடும் நட்பாக இருந்து பிரபஞ்சத்தின் பிரமாண்டத்தை உணர வேண்டும்.

மெய்யறிவாளர்களின் துணையாய் இருந்து

இந்த பிரபஞ்சத்தின் பிரம்மாண்டத்தை அறிய ஆவல் கொண்டிருப்பவன்; நிற்க விரும்பும் முன், குனிவதற்கு தயாராக இருக்க வேண்டும்

எழுவதற்கு விரும்பும் அவன், விழுவதைப் பற்றி கவலை கொள்ள கூடாது;

மேல் ஏற விரும்பும் அவன் கீழே உள்ளவற்றையும் தெரிந்து கொள்ள வேண்டும்

பெரியவற்றைத் தெரிந்து கொள்ள விரும்புபவன்

சிறியவற்றை அலட்சியம் செய்யாமல் அவற்றைத் தெரிந்து கொள்ள ஆர்வம் காட்ட வேண்டும்.

எவன் பணிவை காண்கின்றானோ, அவனை மெய்யறிவு கண்டு அடையும்.


இயோலஸ்: தீர்க்கதரிசியே, இன்னும் கூறுங்கள். நான் உங்கள் பேச்சை ஆர்வத்துடன் கேட்கிறேன்.


தீர்க்கதரிசி: விலங்குகளால் குனியவோ, நிமிரவோ முடியாது, அவை விலங்குகள்.

அவற்றின் இயல்புகளை விட்டுவிடு.

ஆனால், மனிதனால் குனியவும், நிமிரவும் முடியும், அவன் மனிதன் என்பதால்.

மனிதனாக இருக்கும் காரணத்தால், தூய்மையான எண்ணங்களையும், களங்கமில்லாத செயல்களையும் தழுவுவாயாக.

இதில் தான் மீட்பு அடங்கி இருக்கிறது. மனிதனது மீட்சி அவன் ஒருவனிடம் மட்டுமே இருக்கின்றது.

ஆனால், அது அவனது சுயத்தில் இருந்து பிறப்பு எடுப்பதில்லை.

உண்மையில் இருந்து பிறப்பு எடுக்கின்றது: மனிதனால் சாதிக்க முடியும்

எவன் தன்னை ஆள்கிறானோ அவன் உண்மையை கண்டு அடைவான்.


இயோலஸ்: உங்கள் சொற்களில் பொதிந்துள்ள அர்த்தத்தை உணரும்போது, நானும் உங்களைப் போலவே மெய்யறிவாளன் ஆவேன் என்று எனக்குப்படுகிறது.

இப்போது, நீங்கள் சொல்வதைக் கேட்கிறேன்.

ஆனால், அதன் அர்த்தம் என் செவிகளுக்கு எட்டவில்லை.


தீர்க்கதரிசி: எனது சொற்களில் பொதிந்துள்ள அர்த்தத்தை நீ உணர்வாய்,

அவை உனக்குள் ஒரு தாக்கத்தை ஏற்படுத்தும்போது,

அவற்றை நீ ஆழ்ந்து சிந்தித்து உன் மனம் தெளிவடையும் போது,

அதன் அர்த்தம் உனக்கு புரியும்.

அவற்றைப் புரிந்து கொள்ள வேண்டும் என்றால் உன்னை நீ கட்டுப்படுத்தி ஆளவேண்டும்,.

உயர்ந்த அறநெறிகளை நீ கடைப்பிடிக்க வேண்டும் :

உண்மையானவை அனைத்தும் உள்ளத்தில் இருக்கின்றன. புறத்தே இருப்பவை அனைத்தும் மாறிக்கொண்டே இருக்கும் நிழல்கள் ஆகும்.

வெறும் மாயை ஆகும்.

ஆறுதலையோ, அடைக்கலத்தையோ,

மெய்யறிவானவர்களுக்கு அவற்றால் தர முடியாது.

சரியானதைச் செய்.

தவறானது உங்கள் நிம்மதியை அதன்பின் உங்களிடமிருந்து பறிக்க முடியாது. பிழைகள் உங்களை காயப்படுத்த முடியாது.

உள்ளம், தூய்மையோடு

ஒத்திசையச் செய்.

துக்கம் இல்லாத இடத்தை

சே. அருணாசலம்

தீமை முடிவுறும் இடத்தை
நீ அடைவாய்.

புனிதர்களுக்கு பாவத்தின் பெயர் என்னவென்று தெரியாது ;

நன்மையானவர்களையும், உண்மையானவர்களையும்

நன்மையும் உண்மையும் மகிழ்ச்சியடைய செய்யும்:

குறையில்லாத நீதியை நிறைவாழ்வு வாழ்பவர்கள் கடைப்பிடிப்பார்கள்.

போராட்டமும், துன்பமும், உண்மையில் முடிவுறுகின்றன.

புனிதமான மனதிற்கு அனைத்துமே புனிதமானவைகள் தான்,

அனைத்து பயன்பாடுகளும் ஏற்கத்தக்கதை பரிசுத்தமானவையே,

எல்லா தொழில்களும் வேலைகளும் ஆசீர்வதிக்கப்பட்டவையே புனிதமானவையே,

ஒவ்வொரு நாளும் கொண்டாடத்தக்க மாண்புக்குரிய நாளே.

இயோலஸ்: ஒரு மங்கலான வெளிச்சம்

என்னுள் நுழைவதை நான் உணர்கிறேன்.

பேரழகைவிட,

அழகுவாய்ந்த ஒரு பெரும் அறநெறியை

அந்த மங்கலான வெளிச்சத்தில் நான் காண்கிறேன்.

வாழ்க்கையை விட ஒரு பெரிய வாழ்வு இருப்பதைப் போல எனக்குத் தோன்றுகிறது.

இந்த பிரபஞ்சம் நுட்பமானது.

என் கண்கள் திறக்கும், நான் உண்மையைக் காண்பேன்.

உண்மையைக் கண்டபின் நான் என்றும் ஆனந்தத்தில் திளைப்பேன்.


தீர்க்கதரிசி: விழிப்புணர்வுடன் இரு.

இல்லையென்றால், உன்னுள் எழுந்த இந்த உயர்வெண்ணம் மூழ்கிப்போகும் :

பணிவுடன் இரு.

பொறுமையுடன் இரு.

நல்ல அறநெறிகளின்படி நடந்து வா.

உன் எண்ணங்களை சோதனைக்கு உட்படுத்தத் தயங்காதே.

பல சிறுசிறு அடிகளால் ஒரு பெரும் பயணம் முடிவுறுகின்றது.

ஒரு சிறிய விதையிலிருந்து முளைத்து எழுந்த மரம்,

வளர்ச்சியின் விதிகளுக்கு ஏற்ப செயல்பட்டு,

பெருநிழலையும், பறவைகளுக்கான உறைவிடங்களையும் வழங்கி,

வானத்தை நோக்கி கம்பீரமாக காட்சி தருகின்றது.

அதுபோலவே, மெய்யறிவிலிருந்து முளைத்தெழுந்த ஒரு சிறிய நற்செயல்,

உறுதியாக நடப்பட்டு கவனமாக நீரூற்றி வளர்த்தால்,

இறுதியில் அதற்கேற்ப ஒரு பெரும் செயலாக காட்சி தரும்.

இயோலஸ்: மெய்யறிவு என்னும் செடியை நான் முழு கவனத்தோடு நட்டு நீரூற்றி பாதுகாத்து வளர்ப்பேன்.

பலரும் கவனத்தில் கொள்ள மறுக்கும் அந்த வழியைக் காட்டுங்கள்.


தாழ்மையுணர்வும், பணிவுமான அந்த வழியைக் காட்டுங்கள்.

பாராட்டு, பரிசு, புகழ் ஆகியவற்றின் இனிமையில் மூழ்க நான் விருப்பம் கொள்ளாது இருப்பேனாக.

அவற்றை இடைவிடாது தேடிக் கொண்டிருப்பவனாக நான் ஆகக்கூடாது.

அகம்பாவம் கொண்ட என் சுயம் மறையட்டும்,

நான் உண்மையைத் தேட வேண்டும்.


தீர்க்கதரிசி: இப்பொழுது கவனமாகக்கேள்.

கட்டிடத்தில் உள்ள விரிசலான பொந்துகளில் புறாக்கள் கூடு கட்டுகின்றன.

புறாக்கள் பலவீனப்படுத்திய அந்தக் கட்டிடத்தை வீசும் புயல் காற்று சாய்க்கிறது.

குண இயல்பில் உள்ள சிறிய குறைகள், குண இயல்பை பலவீனப்படுத்துகின்றன.

உள்மன தூண்டுதல்கள் சூழ்நிலைகளைப் புயல் காற்றாக மாற்றுகின்றன.

அந்த பலவீனப்பட்ட குண இயல்பு அந்தச்

சூழ்நிலைகளின் தாக்குதலில் விழுகிறது. தேனி கட்டும் தேன் கூடு போல,

பறவை கட்டும் கூடு போல,

கட்டிட வல்லுனர் கட்டும் வலிமையான வீடு போல,

சிறிது சிறிதாக,

சருகு மேல் சருகு போல,

ஒரு கல்லை அடுத்து இன்னொரு கல் போல,

கட்டும் கட்டுமான அமைப்பு முழுமையைப் பெற்று சிறப்பாக விளங்கும்.

அதுபோல மெய்யறிவாளனும்,

நல்லெண்ணத்தை அடுத்து ஒரு நல்லெண்ணம்,

நற்செயலை அடுத்து ஓர் நற்செயல்

என்று நல்வழியில், தன் குண இயல்பை கட்டமைக்கிறான். .

படிப்படியாக தன் உயர் இலட்சியங்களை அடைகிறான்;

பொறுமையோடும் கவனத்தோடும் செயலாற்றுகிறான்.

மற்றவர்கள் தூங்கிக் கொண்டிருக்கும் போது,

அல்லது தங்களது வெப்பமான ஆசைகளில் கிளர்ச்சியுற்றிருக்கும் போது,

இவன் பொறுமையாகவும், கவனமாகவும் வேலை செய்கிறான்.

குழப்பங்கள், சரிவுகள், பிழைகள் பிரச்சினைகள், வலிகள் என்று எதன்பொருட்டும், தன் முக்கிய குறிக்கோளில் இருந்து விலகாமல், இருக்கிறான்.

பரிசுத்தமான எண்ணங்களை, உயர்வு எண்ணுதலுக்கான ஊக்கத்தை,

தான் என்ற அகம்பாவம் அற்ற செயல்பாடுகளை

ஒவ்வொரு நாளும் தன் மனதிலும் இதயத்திலும் கட்டிஎழுப்புகிறான்,

உண்மை நிலை கொள்வதற்கான மாளிகை

இறுதியாக நிறைவு பெறும் வரை.

அப்போது நிறைவாழ்வின் பேராலயம் அங்கே தோன்றி எழும்.

இயோலஸ்: குறுகிய நுழைவாயிலை நான் கண்டுவிட்டேன்.

அந்தப் பாதையின் தொடக்கம் இருள் மண்டி, புதர்கள் சூழ்ந்து காணப்படுகிறது.

எனவே, அது வெறுத்து ஒதுக்கப்பட்டு, புறக்கணிக்கப்படுகிறது.

ஆனால், அதைக் கடந்து செல்பவனை

பேரொளி வீசும் பிரம்மாண்ட உயரத்துக்கு அது இட்டுச் செல்லும்.

முட்டாள் மனிதர்கள் தாழ்மையானதை ஒதுக்கி

அதன் காரணமாக உயர்வானதை இழக்கிறார்கள்.

சிறியவற்றை ஏளனப்படுத்துகிறார்கள்.

அதனால் கம்பீரமானவற்றின் இலக்கைப் பார்க்க முடியாமல் தவறுகிறார்கள். அதை அடைவதில் தோல்வியுறுகிறார்கள். நன்மை மற்றும் உண்மையின் தூதுவரே,

நீங்கள் எனக்கு மெய்யறிவை போதித்து உள்ளீர்கள்.

நிம்மதியின் பாதைக்கு வழிகாட்டி உள்ளீர்கள்;

என் கண்கள் இப்போது திறந்துள்ளன.

அந்தத் தாழ்மையான வழியை என்னால் பார்க்க முடிகிறது.

நான் அதற்குள் நுழைவேன்.


தீர்க்கதரிசி: உனது கடுமையான முயற்சிக்கு பரிசளிக்கும் விதமாக செம்மையான, நிறைவான வழி காத்திருக்கிறது;

நீ அடியெடுத்து வைப்பது செங்குத்தான, ஆபத்தான பாதை என்றாலும்,

அறநெறியின் உயர் மலைகளுக்கு இட்டுச்செல்லும்.

இன்னும் கடந்தால் பேரருள் பொழியும் சிகரங்களைக் காண்பாய்.

இருளும் மேகங்களும் இல்லாத உண்மையின் உயர் சிகரங்களை காண்பாய்;

அங்கே பிரம்மாண்ட பேரொளி என்றும் நிலைத்திருக்கும்,

நிலையான மகிழ்ச்சி,

உனக்காக அங்கே காத்திருக்கும். இனிமேலும், அகம்பாவம் கொண்ட உன் சுயத்தின்

மாயையான இருளை அகற்று. தீமை என்பது இருள்.

தீமை என்பது நன்மையை மறுப்பது.

தான் என்பது இல்லாமல் போகட்டும். உண்மை என்பது எல்லாமும் ஆகட்டும்.

இவ்வாறு நீ வலியை வெல்ல வேண்டும்.

சாந்த மனதை நீ அடைய வேண்டும்.

சலனமற்ற மனதோடு மெய்யறிவு குடியிருக்கும்.

தான் என்ற அகம்பாவம் அடக்கி ஆளப்படும் போது

என்றும் வாடாத உயர் நிலையை நீ அடைவாய்.

விழிப்புடன் இரு அச்சமின்றி இரு நம்பிக்கையுடன் இரு பொறுமையுடன் இரு மனமாசின்றி இரு

உளமார்ந்த தியானத்தில் ஈடுபட்டு வாழ்வின் ஆழத்தில் உள்ள ஓசையைக் கேள்.

அன்பு மற்றும் மெய்யறிவு உறையும் சிகரங்களில் ஏறு.

எவன் தியானத்தின் வழியைக் காணவில்லையோ, அவன் மீட்பையும் மெய்ஞானத்தையும் பெறமாட்டான்.

ஆனால், நீ புனித எண்ணங்களின் வழியைக் காண்பாய்.

உறுதியான, சாந்தமான மனதைப் பெற்றிருக்கும் நீ,

மாற்றங்களுக்கிடையே நிரந்தரமானதைக் காண்பாய்.

மாற்றங்களுக்கு உள்ளாகும் விஷயங்களில் நிலையான உண்மைகளைக் காண்பாய்:

செம்மையான பிரபஞ்ச நியதியை நீ கடைப்பிடிப்பாய்.

தான் என்ற அகம்பாவம் வெல்லப்படும் போது,

ஒருவனது காலடியில் மிதிக்கப்படும் போது, குழப்பத்தில் இருந்து பிரபஞ்சம் மீண்டெழும். அன்பு உனது வலிமையாக இருக்கட்டும்.

வெறியுணர்வுகளால் சித்திரவதைக்கு உள்ளாகும் எண்ணிலடங்காத பலரையும் உற்றுநோக்கு.

அவர்களின் மேல் இரக்கம் கொள்;

அவர்கள் வலியை உணர்ந்து கொள், உனது நீண்ட துக்கம் முடிவுக்கு வரும். நிறைவான நிம்மதியை அடைவாய்.

உலகை நீ உய்விப்பாய்.

உயர்வான, புனிதமான பாதையைத் தேடுவோருக்கு நீ வழிகாட்டியாய் இருப்பாய்.

இப்பொழுது நான் என் உறைவிடத்திற்கு செல்கிறேன்.

நீ உன் கடமையைச் செய்ய புறப்படு.


இயோலஸ்: நிம்மதியின் தூதுவரே, நான் புறப்படுகிறேன்.

உங்களுள் இருக்கும் உண்மையின் உள்ளத்திற்குள் நான் வருகிறேன். இந்த முழு உலகமும் அதில் வாழும் அனைத்து உயிர்களும்

என்றும் நிம்மதியோடு இருக்கட்டும்.


பிரபஞ்சம்:


என்னுள் நிறைவும், நிம்மதியும் இருக்கின்றது.

தீமை என்னுள் நிலைபெறாது.

எனது ஒத்திசைவைக் காண்பவர்கள்,

பாவத்திலிருந்தும் துக்கத்திலிருந்தும் விடுபட்டு இருக்கிறார்கள்.

பிழைகளும், தோல்விகளும், எனது வடிவைக் காணும்போது,

அப்பிழைகளும், தோல்விகளும் அதன் மேல் இருக்காது.

கதிரொளியும் நான் தான், புயற்காற்றும் நான் தான்.

செவி கேளாத ஓசையும் நான் தான்.

ஆழ்கடலின் ஆர்ப்பரிப்பும் நான் தான்.

பொய், களவு, கொலை –

இம்மூன்றின் செயல்களையும்

என் அரவை இயந்திரம் அரைக்கின்றது.

எனது புனித நெருப்பில் அவை எரிக்கப்படுகின்றன.

எல்லா மூடநம்பிக்கைகள், பிழைகள், வஞ்சகங்கள்,

மெல்ல வளர்ந்து நடக்கும் தந்திரங்கள், கொடூர இச்சைகள்

என இழிவானவைகள், களங்கமானவைகள்

அனைத்தையும் நான் அரைத்துத் தூசாக்கி தூக்கி எறிகிறேன்.

தேசங்கள் எழுகின்றன.

சாம்ராஜ்யங்கள் சரிகின்றன.

நான் என்றென்றும் ஒத்திகை பார்த்துக் கொண்டிருக்கிறேன்.

உலக நாடகத்தின் ஒவ்வொரு காட்சியும் கம்பீரமாக நிகழ

நான் மெனக்கெடுகிறேன்.

யுகங்கள் கடக்கின்றன, அமைப்புகள் பிரள்கின்றன.

மாற்றங்கள் என்றும் மாறாதிருக்கின்றன.

வெளிப்படும் மாறியபடியே இருக்கும் அனைத்து வடிவுகளும் நான் தான். அவை கேட்கின்றன - என் கதையை நான் அவற்றிடம் சொல்கிறேன்.


என்னை அறிந்தவன் என்னுள் கரைகிறான்.

எனது பார்வையைக் கொண்டவன்

இருளிலிருந்து மீள்கிறான்.

என்னுள் நிறைவும், நிம்மதியும் இருக்கின்றது.

## 2. புத்தன்

இரத்தினகிரி மலைச்சாரலின் மேற்கு பகுதியில்

பேருண்மை குறித்த நெடிய தேடலை மேற்கொண்டு சோர்வும் களைப்பும் உற்று

ஆறுதலின்றி குழப்பத்தோடும் துக்கத்தோடும்

புத்தன் அமர்ந்திருந்தான்.

நெடுங்காலமாக தான் தேடி வரும் உண்மையை எப்படி அடைவது என்று புரியாமல் தவித்தான்.

மன உறுதியோடும், வலிமையோடும் தூய்மையோடும் இருக்க வழி செய்யும் அந்த பேருண்மையை,

பேரருள் வாய்ந்த இளைபாறுதலையும் பெருநிம்மதியையும் தரும் அந்த பேருண்மையை அடைய ஏங்கினான்.

போதகங்கள் அவனுக்கு ஏமாற்றம் தந்தன.

பழமையான சித்தாந்தங்களும் தத்துவங்களும் அவனது இதயத்தின் கண்ணீர் குரலை தணிக்கவில்லை.

அறியாமை மற்றும் வெறியுணர்வின் குழந்தையான துக்கமும் அவனை விட்டு நீங்காதிருந்தது.

தேசத்தின் பெருமை மிகு தூண்களாக இருந்த சாத்திரங்களும் மத போதகங்களும்

அவனது பெருந்துன்பத்தின் பாரத்தை தாங்க முடியாமல்

மனதூண்டுதல்களுக்கு ஈடு கொடுக்க முடியாமல் சரிந்து

அவனை ஆசை, வலி மற்றும் குழப்பமான மனதிற்கு இரையாக்கின.

தன்னை தான் வருத்தி தவம் செய்தலை அவன் முயற்சித்தான்.

ஆனால் உண்மையை தேடும் வலிமையை இழந்து

விதியின் அலைக்கழிப்பில் உதவியற்றவனாக, தனியானவனாக

தோல்வியடைந்தவனாக இருந்தான்.

அங்கே நிழலில் தன் நிலையை நினைந்து புத்தன் அரற்றிக்கொணடிருந்த வேளையில்,

திடிரென்று ஓர் கூகுரல் அவன் செவிகளில் விழுந்தது.

வலியால் அவதிப்படும், உதவியை வேண்டும் ஓர் விநோதமான குரலாக அது ஒலித்தது.

உடனே எழுந்து, நிழழை விட்டு அகன்று, குரல் வரும் திசை நோக்கி சென்றான்.

(துக்கப்பட்டுக் கொண்டிருந்த அவனது இதயத்தில் இனம் புரியாத ஓர் அன்பு உதித்தது.

ஆனால், அது ஏன் என்று அவனுக்கு சற்றும் விளங்கவில்லை)

கூகுரல் வந்த திசையில் அவன் பார்த்த பொழுது,

அங்கே புழுதி பறக்கும் சாலையில்

இந்திய சூரியனின சுட்டெரிக்கும் வெயிலில்

ஓர் ஆடு மேய்ப்பன் தன் ஆட்டு மந்தையை வழிநடத்திக் கொண்டு இருந்தான்.

அந்த மந்தையோடு இணைந்து வர முடியாமல் ஓர் ஆட்டு குட்டி

இரத்தம் சொட்டிக் கொண்டிருந்த தன் காயம் பட்ட கால்களுடன் துடித்துக் கொண்டு இருந்தது.

தன் குட்டியை காப்பாற்ற முடியாமல் நிர்கதியாக இருந்த தாய் ஆடு

வேதனை பொறுக்காமல் கூகுரல் இட்டு கொண்டிருந்தது.



இரக்கத்தை வரவழைக்கும் இந்த காட்சியை கண்டவுடன்,

அவனுள் எழுந்த பேரிரக்கத்தால்,

அவனை வாட்டி கொண்டிருந்த ஆழமான துக்கம் சட்டென்று மறைந்தது.

காயம்பட்ட அந்த

ஆட்டுகுட்டியை அவன் உடனடியாக கைகளில் ஏந்தியபடி கூறினான்,

"வெற்று அறிவை நோக்கிய ஆன்மாவின் தேடல் எல்லாம் வீணானது.

கற்று உணர்ந்தவர் பெருமை எல்லாம்

இரக்கம் கொள்ளாத போது வீணானது.

அன்பில்லாத வாழ்வு வீணானது.

எல்லாம் நிஜமாக தோற்றம் தந்தாலும் அனைத்தும் பொய்யானவவையே,

உன் மீது நான் இப்போது இரக்கம் கொள்ள வேண்டும், இது தான் உண்மை.

பூசாரிகள் சாத்திரங்களை ஓர் எழுத்து விடாமல் படித்து பூசை செய்கிறார்கள்.

நான் தேடும் அந்த பேருண்மையை, நான் காண ஏங்கும் அந்த அன்பை காணாமல்

இறுதியில் தங்கள் பாவங்கள் உடன் இறக்கிறார்கள்.

அவர்களுடன் இணைந்து பூசை செய்து எதையும் அடையாமல் போவதை விட,

உனது வேதனையை நான் தணிப்பது மேலானது.

உன் மீது நான் அன்பு செலுத்துவேன்,

யாரும் இரக்கம் கொள்ளாத உன் மீது நான் இரக்கம் கொள்வேன். உன் வேதனையை தணிப்பேன்.

மனிதர்களின் உயிர்ப்பில்லாத தத்துவங்களால் நான் துவண்டு போய் உள்ளேன்.

புத்தனாகிய நான்,

உதவியின்றி நிர்கதியில் தவிக்கும் உன்னை மீட்க போராடுவேன்

எவை சந்தேகத்துக்கு உரியதாக இருந்தாலும், எவை நிலையற்றதாக இருந்தாலும், இது உண்மை என்று எனக்கு தெரியும்;

"இரக்கமும் அன்பும் சரியானவை.

எவை வாடினாலும் மறைந்தாலும் இரக்கம் வாடாது,

அன்பு மறையாது". எனவே,

காயம்பட்ட அந்த ஆட்டு குட்டியை கைகளில் ஏந்தி

தன் மடியில் வைத்து தடவிக் கொடுத்தான்.

அந்தக் குட்டி ஆடு தன் வேதனையை மறந்து நிம்மதியானது.

பதட்டமடைந்திருந்த தாய்ஆடு,

தன் குட்டி பாதுகாப்பான கரங்களை அடைந்ததை எண்ணி

நிம்மதி பெருமூச்சு விட்டது.

அவனை சுற்றி வந்து இவன் தான் புத்தன், பேரிரக்கமானவன் என்று வழிப்பாடு செய்தது.

பல்வேறு தத்துவங்களையும் சித்தாதங்களையும் கற்றுத் தரும் பள்ளிகளில் தேடியும் அடைய முடியாத வழியை அந்த மணிப்பொழுதில் புத்தன் அடைந்தான்.

எந்த தத்துவங்களாலும் அழைத்து செல்ல முடியாத பாதையினுள்,

அன்பான செயல்களாலன்றி வேறு எவற்றாலும் காண்பிக்க முடியாத பாதையினுள்

தன்னை மறந்த நிலையில் நுழைந்தான்.

அவன் இதயத்தில் ஒரு புதிய அன்பு மலர்ந்தது.

அவன் மனதில் ஒரு புதிய அறிவு படர்ந்தது.

அவனது முழு இருப்பும் வலி ஏதுமில்லாத ஒரு நிம்மதியை ஆழ்ந்து உணர்ந்தது.

துக்கமும் வேதனையும் அவனோடு இல்லை.

அவன் புனித உண்மையின் பாதையை கண்டு கொண்டதை உணர்ந்தான்.

அதன் பின் புத்தன் பேருண்மை வாழ்வை வாழ்ந்து

அதை பிறருக்கும் போதித்தான்.

சே. அருணாசலம்

பேருண்மையை நாடி ஆண்களும் பெண்களும் அருகிலிருந்தும் தொலைவிலிருந்தும் வந்து

அவன் பாதத்தை சுற்றி அமர்ந்து அவனை வழிப்பட்டனர்,

அன்பையும் இரக்கத்தையும் கற்றுக் கொண்டனர்.

தவிப்பில் ஆழ்த்தாத நிம்மதியையும் பேரருளையும் உணர்ந்தனர்.

அவனை மீட்பர், பேரருளாளர் என்று அழைத்தனர்.

அவனைப் பற்றி புரிந்து கொள்ள முடியாதவர்களும் கூட அவன் பால் ஈர்க்கப்பட்டனர்.

தாங்கள் இறுதியில் என்றோ ஒரு நாள் தெரிந்து கொள்ள வேண்டிய பேருண்மை அவனிம் இருப்பதாக அறிந்தனர்:—

சாத்திரங்கள் கற்பதை விட அன்பை செலுத்தும் இதயம் மேலானது.

சித்தாந்த பள்ளிகளின் போதனையை விட,

உலகின் தத்துவங்களை விட

காயம் அடைந்த ஒரு ஆட்டு குட்டியின் வேதனையை தணிப்பது மேலானது.

## 3. மனிதர்கள் மட்டும் புரிந்து கொள்வார்களேயானால்

மனிதர்கள் மட்டும் புரிந்து கொள்வார்களேயானால்

சகோதரன் ஒருவனின் தவறான செயல்

தங்களிடமிருந்து மற்றொரு தவறான செயலை

தோற்றுவிக்கும் படி தூண்டக் கூடாது என்று,

ஆனால், அது அன்பால் தணிக்கப்பட வேண்டும் என்று,

தனது மனக்கண்ணின் சரியான பார்வை, அவனுக்கு வழிக்காட்ட உதவ வேண்டும் என்று,

இறவாத அன்பிற்கு அழைத்துச் செல்லும்

சுவர்க நுழைவாயிலை காண்பார்கள்

அவர்கள் மட்டும் புரிந்து கொள்வார்களேயானால்.

*சே. அருணாசலம்*

மனிதர்கள் மட்டும் புரிந்து கொள்வார்களேயானால்

தங்களது தவறான செயல்

மற்றவனது தவறான செயலுக்கு பதிலடியாகும் போது, தீர்வு ஏதும் வராது என்று;

காழ்ப்புணர்வுக்கு பதிலாக காழ்ப்புணர்வு வழங்குவதால் காழ்ப்புணர்வு கூடுமேயன்றி குறையாது என்று

நன்மையால் அனைத்து தீமைகளும் முடிவுறும் என்று

தங்கள் மன மாசுகளை அறுத்து பரிசுத்தமான செயல்களை புரிவார்கள்

வஞ்சக எண்ணங்கள் செயல்பாடுகளை அறவே கைவிடுவார்கள்

அவர்கள் மட்டும் புரிந்து கொள்வார்களேயானால்.

மனிதர்கள் மட்டும் புரிந்து கொள்வார்களேயானால்

பாவம் செய்யும் இதயம் துக்கப்படும் என்பதை

வெறுப்பை உமிழும் மனம்

நாளை கண்ணீரோடு வெறுமையை அறுவடை செய்யும் என்பதை

வருந்தி, ஓய்வின்றி, உறக்கமின்றி தவிக்கும் என்பதை

அவர்கள் இரக்கத்தின் பார்வையோடு பார்ப்பார்கள்

மென்மையான கனிவு அவர்களுள் நிறையும்

அவர்கள் மட்டும் புரிந்து கொள்வார்களேயானால்.


மனிதர்கள் மட்டும் புரிந்து கொள்வார்களேயானால்

அறிந்தும் அறியாமல் செயல்படுகின்றவர்களை

கண்மூடித்தனமாக விமர்சிப்பதன் வெற்று ஆரவாரமும்

அதனால் அவர்களுக்கு ஏற்படும் வலியின் வேதனையையும் என்ன என்பதை

இரக்கமின்றி தாங்கள் புண்படுத்தும் உள்ளங்களின் துன்பம் என்ன என்பதை

கனிவான வார்த்தைகளையும் உணர்வுகளையும் கொண்டு

ஆறுதல் என்னும் தைலத்தை தடவுவார்கள்,

அவர்கள் மட்டும் புரிந்து கொள்வார்களேயானால்.


மனிதர்கள் மட்டும் புரிந்து கொள்வார்களேயானால்

தங்களது காழ்ப்புணர்வும் வெறுப்பும்

தங்களது மன நிம்மதியையும் இனிய மன நிறைவையுமே கெடுக்கும் என்பதை

தங்களையே காயப்படுத்துதும், இன்னொருவனுக்கு உதவாது என்பதை

தனிமையில் வாடும் சகோதரன் ஒருவனை ஊக்கப்படுத்தாது என்பதை

அவர்கள் அதை விட மேலான ஒன்றை தேர்ந்தெடுப்பார்கள்

எந்த தீங்கையும் தராத நற்செயல்களை புரிவார்கள்

அவர்கள் மட்டும் புரிந்து கொள்வார்களேயானால்.

மனிதர்கள் மட்டும் புரிந்து கொள்வார்களேயானால்

அன்பின் அளப்பரிய வலிமையை, அது எப்படி கட்டி ஆளும் என்பதை

அவர்கள் வெறுப்பு உணர்வுகளை கைவிடுவார்கள்

பேரிரக்கம் எவ்வாறு துக்கத்தை முடிவுக்கு கொண்டு வருகிறது,

மெய்யறிவை ஏற்படுத்துகின்றது,

அறியாமை மற்றும் வெறியுணர்வின் வலிகளை பெற மறுக்கின்றது என்று உணரும் போது

அவர்கள் என்றும் அன்பில் வாழ்வார்கள், வெறுப்புணர்வுடன் ஒருபோதும் வாழ மாட்டார்கள்

அவர்கள் மட்டும் புரிந்து கொள்வார்களேயானால்.

# 4. பயின்று உணர்தல்

வாழ்வு, விதி மற்றும் உண்மை ஆகியன குறித்து என்னுள் பல கேள்விகள் எழுந்த வண்ணம் இருந்தன

இந்த கேள்விகளுக்கு விடையை வேண்டி, மனித தலையும் சிங்க உடலும் கொண்ட புதிரான ஸ்பின்ஸிடம் அணுகினேன்

அது என்னிடம் ஓர் விநோதமான அற்புதமான விடையத்தை கூறியது:—

"மறை பொருள் உணர்த்துவது அதை காணும் கண் குருடு என்பதையே,

கடவுளின் வடிவை கடவுள் மட்டுமே காண முடியும்."

இந்த புதிருக்கான விடையத்தை தேடி நான் வீனாக அலைந்தேன்,

வலி மிகுந்த பாதைகளில் என் குருடான கண்களுடன்,

ஆனால், அன்பின் வழியது உயிர்நிலை என்று நான் உணர்ந்து அன்பு மற்றும் நிம்மதியின் பாதையை அடைந்த போது,

அனைத்து மறைபொருள்களும் எனக்கு வெளிப்பட்டன, நான் அதன் பின் குருடாக இல்லை:

கடவுளின் கண்களைக் கொண்டு கடவுளை நான் கண்டேன்.

சே. அருணாசலம்

# 5. சுதந்திரம்

---

மெய்யறிவில்லாதவர்கள் கூறும் வார்த்தை,

"நாம் அனுபவிக்கும் துன்பம் அநியாயமானது,

நமது வலியும் வேதனையும் பாவம் புரிந்த நமது முன்னோர்களின் புழுதி பரப்பிலிருந்து எழுந்தவை

நாம் சுதந்திரமானவர்களாக இல்லை;

நமது தந்தையர்கள் நமது சுதந்திரத்தை திருடி கொண்டனர்

நமது தந்தையர்கள் செய்த தவறுகளின் விளைவாக நமது சுதந்திரம் பறி போனது

அவர்கள் செய்த தவறுகளினால் நாம் வலிமையற்றவர்களாக பலவீனர்களாக இருக்கிறோம்

அவர்கள் வீழ்ந்ததன் காரணமாக நாம் தோல்வியுறத் தான் வேண்டும்.

"அவர்கள் மதுவின் மீது கொண்ட காதலே நமது போதைக்கு காரணம்;

அவர்கள் கொண்ட வெளிபாடுகளே நமது இச்சைகளுக்கு காரணம்

அவர்கள் நடந்த பாதையின் காரணமாக

நாம் நமது பல்வேறு நோய்களைத் தொற்றிக் கொண்டு இருக்கிறோம்;

அவர்கள் நடந்த குழப்பம் நிறைந்த பாதையிலேயே நாமும் நடக்க வேண்டிய கட்டாயத்தில் இருக்கிறோம்,

காரணம், இறந்தவர்களுடன் பிணைக்கப்பட்டு அவர்களால் வழிநடத்தப்படுகிறோம்."


ஏ மனிதா! உன் பாவங்களுக்கு நீயே தான் சொந்தக்காரன்

உனது செயல்களிலிருந்து, அதன் நன்மை தீமைகளிலிருந்து, உன் வாழ்வு புறப்படுகிறது;

நீ மற்றவர்களுடன் பிணைக்கப்பட்டிருக்கவில்லை, உனது சுயத்துடனேயே பிணைக்கப்பட்டிருக்கிறாய்;

உனது சொந்த விருப்பமும் உள்ளமுமே

சே. அருணாசலம்

உனது நிம்மதி குறைவின் மூலகாரணம்;
கண்களைத் திறந்து பார்,

இறந்த காலத்தில் இனியும் வாழாதே, உனக்குள்
உற்று நோக்கு, மெய்யறிவோடு இரு.


உன் உள்ளம் அதை தூய்மையாக்கு, உன் வாழ்வு

வளமாக, இனிமையாக, அழகாக மாறும். துன்பம்,
அதில் புக முடியாது;

உன் மனதை விழிப்புடன் காவல் காத்திடு. அது
சிறந்ததாக, வலிமையானதாக, களங்கமற்றதாக,

எதுவும் உன்னை கட்டி ஆளவோ, குழப்பவோ
அல்லது காயப்படுத்தவோ முடியாது.

காரணம், உன் மனம் மற்றும் உள்ளத்திலேயே
உனது எல்லா எதிரிகளும் வசிக்கின்றனர்;

அதற்கான தீர்வையும் அங்கே தான் நீ காண்பாய்.


மனம் தான் உருவாக்கும், வடிவமைக்கும்
பேராற்றல்.

மனிதன் என்பவன் மனம் தான்,

அவன் எண்ணம் என்னும் கருவியை கையிலெடுத்து தான் விரும்பியதை வடிவமைப்பது.,

ஆயிரம் மகிழ்ச்சிகளைக் கொண்டு வந்து சேர்க்கிறது, ஆயிரம் துக்கங்களைக் கொண்டு வந்து சேர்க்கிறது :—

அவன் இரகசியமாக எண்ணுவது வெளியில் கடந்து செல்கிறது;

சூழல் என்பது அவன் பார்வையின் கண்ணாடியே, அதில் உள்ள சாயத்தின் படியே வெளியேயும் காண்பான்.

தனது சொந்த உள்ளத்தில், அவன் இருண்ட ஆசைகளை ஊக்குவிக்கிறான்

அல்லது நன்மைக்காக பாடுபடுகிறான் அல்லது உயர்வு எண்ணங்களை ஊக்குவிக்கிறான்;

தனது சொந்த வாழ்வில், தான் விதைத்ததையே ஒருவன் அறுவடை செய்கின்றான்,

அது வேதனையோ அல்லது நிம்மதியோ,

முன்னோர்கள் மீதும் பிறப்பின் மீதும் பழிபோடும் மனிதனே,

இதை தெரிந்து கொள்—எதுவும் உன்னை கட்டுப்படுத்தவில்லை, சுதந்திரமே வாழ்வின் நீதி.

எண்ணங்களால் நாம் எழுகிறோம்; எண்ணங்களால் நாம் வீழ்கிறோம்;

எண்ணங்களால், நாம் இருந்த இடத்தில் இருக்கிறோம் அல்லது தொடர்ந்து மேற்செல்கிறோம்:விதி அனைத்தும்

எண்ணங்களின் ஆற்றலினால் கொணரப்படுகின்றன;

எவன் தன் எண்ணங்களை கட்டுப்படுத்தி ஆள்கிறானோ,

அன்பும் வலிமையுமான எண்ணங்களை தன் உள்ளத்திலிருந்து ஊற்று எடுக்கும் படி செய்கிறானோ,

அவன் உண்மையின் குறைவில்லாத ஒளியில் தன் உயர்ந்த இலட்சியத்தை அடைவான்.

## 6. உன்னை நெடுங்காலம் தேடினேன்

புனித ஆன்மாவின் வழிக்காட்டியே, உன்னை நெடுங்காலம் தேடி கொண்டு இருந்தேன்,

ஆசானே, பணிவோடும் தாழ்மை உணர்வோடும் உன்னைத் தேடினேன்;

மனிதர்கள் படும் துன்பங்களினால் வருத்தப்பட்டு, மவுனமான துக்கத்தோடு உன்னை தேடினேன்

மனம் ஆறுதல் பெற, அதை நுகத்தடியாக உன்னிடம் தூக்கினேன்

பாரமாக அழுத்திக் கொண்டிருந்த பலவீனத்தையும் துன்பத்தையும் அதில் வைத்து;

ஆனால் உன்னை காண முடியவில்லை,

உன்னை காண்பதில் தோல்வி அடைந்தாலும், மீண்டும் மீண்டும் முயன்றேன்.

இளைப்பாற முடியாமல் துக்கத்துடன் குழப்பத்துடன் வாடினேன்

உனது மகிழ்ச்சி எங்கோ காத்துக் கொண்டிருப்பதை நான் அறிவேன்;

கிழிந்த எனது இதயம் போன்ற எல்லா வாடும் இதயங்களையும் வரவேற்க உனது மகிழ்ச்சி எங்கோ காத்துக் கொண்டிருப்பதை நான் அறிவேன்;

பாவங்களையும் துக்கங்களையும் கடந்துவிட்டு,

உன்னை எப்படியும் கண்டடைவேன் என்று எனக்குத் தெரியும்,

இறுதியில் உனது அன்பு என்னை ஆனையிட்டு அழைத்துச் சென்று தெய்வீக இளைப்பாறுதலை அளிக்கும்.

தேடலில் ஈடுப்பட்டிருந்த என் ஆன்மாவை, உனது கோயிலாக இருக்க வேண்டிய என் ஆன்மாவை,

வெறுப்புணர்வும் அவமதிப்பும் ஏளகனமும் புண்படுத்தி கிழித்தன,

உன் கோயிலான என் ஆன்மாவில் நீ உலாவ வேண்டினேன்;

போராடினேன், நம்பிக்கையுடன் அழைத்தேன்;

கீழே விழுந்து தவித்தேன், துன்புற்றேன்,

பாதாள நரகில் பார்வையின்றி உன்னைத் தேடினேன்.


உன்னைக் காணும் வரையில் உன்னை எங்கும் தேடினேன், உன்னை நான் கண்டேன்;

உன்னை நான் கண்ட உடன், என்னை சிறைபடுத்திய தீய ஆற்றல்கள் எல்லாம் பறந்து ஓடின

உன் புனித நினைவில் நான் அமைதியாக, நிம்மதியாக இருக்க, அவை அருகே இருக்க முடியாமல் ஓடி விட்டன;

உன் மீது சந்தேகம் கொள்ள நான் மறுத்த போது,

அவை என்னுள் இருந்தும் என் வெளி இருந்தும் அவை ஓடி விட்டன;

ஒப்பற்ற ஆசானே, கனவாக இருந்திருந்த உன்னை நான் அடைந்து விட்டேன்!


ஆம், பேரழகான, பரிசுத்தமான, தாழ்மையான,

ஒப்பில்லாத உன் நிழலை அடைந்து விட்டேன்

அங்கே உன் ஆனந்த்தையும் மகிழ்ச்சியையும் நிம்மதியையும் கண்டேன்;

அன்பிலும் தாழ்மை உணர்விலும் இருக்கும் உன் வலிமையை கண்டேன்

என் வலியும் வேதனையும் பலவீனங்களும் என்னை விட்டு அகன்று ஓடின

பேரருள் பெற்ற பேர்கள் நடந்த பாதையில் நடக்கலானேன்.

## 7. நிதர்சன வாழ்வு

அடைய முடியாத தூரத்தில் இருக்கும் வானத்தை மனிதர்கள் உற்று நோக்குகிறார்கள்

அணுகயியலாத வீணான இலட்சியங்களையும் குறிக்கோள்களையும் வைத்து கொள்கிறார்கள்;

அவர்கள் அருகே இருக்கும் புனித பாதையை ஏனோ காணாமல் விட்டுவிடுகிறார்கள்—

பாவம் மற்றும் வலியை கட்டுப்படுத்தி ஆள வேண்டிய ஒவ்வொரு மணி பொழுதையும் தவற விடுகிறார்கள்.

செயல்படும் திறனுடைய உயர்த்தப்பட்டுள்ள கைகள் வெறுமனே முடங்கி கிடப்பதை பார்க்கிறேன்;

அதற்கான காரணம், ஒருவன் தனக்குத் தானே சுயத்தால் உருவாக்கிக் கொண்ட

நீண்ட நெடிய துக்கங்களே என்பதை காண்கிறேன்;

தானே வார்த்து உருவாக்கிய விலங்குகளால் அவனது கைகள் பூட்டப்பட்டிருப்பதைக் காண்கிறேன்; நீதி, நெறிகள் உடைந்து இருப்பதைக் காண்கிறேன்.


நாம் அன்றாட வாழ்வை வாழும் முறைகளில் மெய்யறிவு ஒளிந்து கொண்டு இருக்கிறது

எவன் சரியாக விழிப்புணர்வுடன் செயல்படுகிறானோ, அவன் அதைக் காண்பான்;

எங்கே முணுமுணுக்கும் காய்ச்சலும் சலிப்பூட்டும் பாடுபடுதலும் முளைத்து எழுகின்றனவோ,

அங்கே உண்மை உறைகின்றது—ஆம், அன்றாட செயல்பாடுகளிலும் உண்மை உறைகின்றது.


நிலையான அன்பு எங்கேயும் தன்னை மறைத்து கொண்டு ஒழுகலாம்!

(எட்டாத தூரத்தில் இருப்பதாக நம்பப்படும் இறவாத அன்பு!)

தாழ்மையான நெஞ்சிலும் அது குடியிருக்கலாம்;

பாவமின்றி இன்றைய நாள்பொழுதை வாழ்பவனுக்கு அது தன்னை வெளிப்படுத்திக் கொள்ளும்.

நமக்கு மிக அருகாமையில் இருக்கும் கடமையிலேயே

சுவர்கத்தின் கதவை திறக்கும் திறவுக்கோல் திரைமறைவாக வைக்கப்பட்டிருக்கிறது.

சரியான நேரத்தில் கடமையை எதிர்கொள்பவனுக்கு

(காலத்திற்கு முந்தியும் அல்லாமல் பிந்தியும் அல்லாமல்) திரை விலகி சுவர்கத்தின் காட்சி வெளிப்படும்.

உண்மையின் பேரெழிலை எதிர்காலம் என்ற ஒன்று மறைக்காது

கண்ணீர் தோய்ந்த கண்களுக்கு;

கடந்த காலம் என்ற ஒன்று எதையும் அழிக்காது

அன்றாட வாழ்வு என்னும் காற்றில் அசைந்தாடும் புதர்கள் மண்டிய பாதையில்,

சே. அருணாசலம்

ஆனந்த வாயிலை நோக்கி இரத்தம் வடிய நடைபோடும் பாதங்களுக்கு

நாம் செல்லும் இடம் எல்லாம் என்றும் நிலையான பேராற்றலும் கூடவே வருகிறது;

ஆனால், சுயம் என்ற மாயக்கயிற்றால் கட்டப்பட்டுள்ள கண்களால் அதைக் காணமுடியாது;

மனிதனது துன்பங்களின் மீது என்றும் நிலையான பேரெழில் ஒளிவீசி கொண்டு இருக்கிறது,

அவனது துக்கம் என்னும் இருண்ட இரவை துளைத்தவாறு.

இருளின் நிழல் படியாத பேரொளி வீசி கொண்டு இருக்கிறது—

முறையாக மேற்கொள்ளப்படும் பணிகளில், களங்கம் இல்லாத எண்ணங்கள் மற்றும் செயல்களில்,

அன்பும் இரக்கமுமான வார்த்தைகளில்,

ஆனால், எதிர்காலம் வளமாகும் என வானளவுக்கு காணும் கனவுகளில் அல்ல.

நிம்மதியான ஆன்மாவையே நிம்மதி வந்தடையும்;

அன்பு-ஊற்று எடுக்கும் உள்ளத்தில் வலி தராமல் அன்பு தங்கி வளரும்;

தன்மயம் என்பது எங்கே அந்த ஒருமைக்காக மூழ்குகிறதோ அங்கே மகிழ்ச்சி ஊற்று பொங்கும்;

பாவங்கள் கட்டுப்படுத்தப்பட்டு வெல்லப்படும் போது என்றும் அழியாத பேரழகு ஆரம்பமாகின்றது.

நாம் ஆற்ற வேண்டிய பணி நம்முடன் இருக்கும், அதற்கான பாதை அதிநுட்பமானது

சுயம் என்னும் சேற்று மணலில் தொடங்கி கடமையின் வழிக்காட்டுதலை தொடர்ந்து,

காலம் என்னும் செங்குத்தான மலைபாதையில் பயணித்து

நிறைவான நாள் என்னும் அற்புதத்தை அடைகிறது.

சே. அருணாசலம்

## 8. நாளையும் இன்றும்

நாளை என்னும் இருள் படிந்த நிலப்பரப்பில்

வலியோடும் துக்கத்தோடும் நான் அலைந்தவாறு இருந்தேன்,

நான் எவ்வளவு தேடி ஓடியும் என்னிடம் நெருங்காமல் விலகி ஓடிய மகிழ்ச்சிகளையும் அருளாசிகளையும் காண ஏங்கினேன்;

என்னை இருள் சூழ்ந்தது,

காரணம், 'நாளை' எப்போதும் கண்டது,

"நான் எதை எல்லாம் செய்ய வேண்டும்" என்று நினைப்பதையே, நான் செயல்படுவதை அல்ல..


அன்பின்-இரக்கத்தை தேடினேன்

மங்கிய ஒளியில், மனக்கண்ணை சூழ்ந்த இருளில்;

சுய மாயையின் ஒளி புகாத குகைகளில் அருளையும் இளைப்பாறுதலையும் தேடினேன்;

துக்கம் பொங்க இரு கைகளையும் ஏந்தி

ஒளியையும் ஆறுதலையும் வேண்டி மன்றாடினேன்

"எவை எல்லாம் வேண்டும் என நான் விரும்பினேனோ" அவற்றுக்காக நான் பாடுபட்டேன், எவை எல்லாம் உண்மையோ, எவை எல்லாம் சிறந்தவையோ அவற்றுக்காக அல்ல

சுயநலமாக நாடுவது,

இருண்ட ஆசையுடன் தேடுவது, கண்மூடித் தனமாக பற்றிக் கொள்வது

வீணாக ஆசைபடுவது, நெற்றி வியர்வை சிந்த உழைக்கும் புனித வாழ்வை உதாசீனப்படுத்துவது;

அக்கீழானவற்றை எல்லாம் நான் துறந்து அன்பை நாடினேன்,

தான் என்ற அகப்பாவித்தலை மறந்தேன்,

"எதிர்காலத்தில் நான் எப்படி இருக்க ஆசைப்பட்டேன்" என்பது அகன்றது. இப்பொழுது நான் என்னவாக இருப்பேன் என்பது வந்தது..

எனவே, துக்கத்திலிருந்தும் சுயத்திலிருந்தும் விலகி நான் ஓடினேன்,

"நாளை" என்ற இருண்ட நிலப்பிரதேசத்தை விட்டு நான் ஓடினேன்,

இப்பொழுதில் செய்வதற்கான இரக்கமான செயல்களை, சொல்வதற்கான அன்பான

வார்த்தைகளை எண்ணினேன்;

இருண்ட துக்க மேகங்களை,

நிம்மதியான மகிழ்ச்சி ஒளிவெள்ளம் கலைத்தது,

நேற்றைய பொழுது நாளைய பொழுது என்னும் இருள்

ஒளி மிகுந்த இன்றைய பொழுதில் தொலைந்தது.

## 9. மெய்யறிவின் நட்சத்திரம்

வேறு நட்சத்திரக் கூட்டங்கள் ஏதும் இன்றி இருந்த நட்ட நடுநிசியில் மின்னிய நட்சத்திரங்கள்

விஷ்ணு கிருஷ்ணர் புத்தர் இயேசு ஆகியோர் பிறப்பை முன்கூட்டியே அறிவித்தன

சுவர்க்கம் நோக்கியவாறு காத்திருந்த தீர்க்கதரிசிகளுக்கு,

நன்மையின் ஆட்சி பூவுலகில் பிறப்பதை அறிவித்தன

மாட்டுத் தொழுவங்களிலும் மனித ஆன்மாக்களிலும்

இறைவன் மனிதனாக அவதரித்த புதிரான கதையை கூறின

பாரம் நிறைந்த இதயத்தோடு காத்திருக்கும் ஆன்மாவிற்கு

ஆழமான புனிதமான இரக்கத்தை

சே. அருணாசலம்

மௌனமாக ரகசியமாக பாடும் நட்சத்திரமே

அனைத்து ஒளிகளையும் மிஞ்சும் பேரொளியே
நட்ட நடுநிசி வானத்தை மீண்டும் அலங்கரி;
தீர்க்கதரிசிகளை மீண்டும் மகிழ்ச்சி படுத்து
ஓயாமல் வாள் வீசும்
பிழைகளின் களைப்பூட்டும் முடிவில்லா போரை நிறுத்து;

வெற்று மதச்சடங்குகளால், உயிர் இல்லாத பயனில்லாத சிலைகளால்
களைப்புற்று இருக்கும் தீர்க்கதரிசிகள்
மீண்டும் உன் வருகைக்காக காத்திருக்கிறார்கள்;
உன்னை விரும்பும் ஆன்மாக்களிடம் நீ பேசுகிறாய்;

துக்கத்தை முடிவுக்கு கொண்டு வரும்

மகிழ்ச்சியையும் ஆனந்தத்தையும் நிம்மதியையும் பேசுகிறாய்,

இரவில் உன்னை காண அலைந்து காணும் வாய்ப்பு பெற்றவர்கள் பேறு பெற்றவர்கள்;

உனது மின்னும் பேராற்றல் அவர்கள் மடியில் ஆழமான அன்பின் பேரதிர்வை ஏற்படுத்துகிறது

உனது பாடத்தை நாங்கள் நம்பிக்கையோடும் தாழ்மை பணிவோடும் உண்மையோடும் மெய்யறிவோடும் மகிழ்ச்சியோடும் கற்ப்போம்;

விஷ்ணு கிருஷ்ணர் புத்தர் இயேசு ஆகியோர் பிறப்பை முன் அறிவித்த நட்சத்திரமே.

சே.அருணாசலம்

# 10. உயர்ந்த சுவர்கம் அதை அடைய விரும்புகிறீர்களா

உயர்ந்த சுவர்கம் அதை அடைய நீங்கள் விரும்புகிறீர்களா,

கீழான நரகம் அதை துளைக்கத் தலைப்படுகிறீர்களா,—

அழகிய எண்ணங்களை அசைபோடுகிறீர்களா,

அல்லது இழிநிலை எண்ணங்களில் உழல்கிறீர்களா,

உங்களை மேல் உயர்த்தும் சுவர்க்கம் உங்கள் எண்ணங்களே,

உங்களை கீழிறக்கும் நரகமும் உங்கள் எண்ணங்களே;

ஆனந்தம் என்பது எண்ணங்களால் உருவானதே,

சித்திரவதை என்பதும் எண்ணங்களின் வெளிப்பாடே.

எண்ணங்கள் இல்லையேல் உலகம் இல்லாது மறைந்திருக்கும்;

நனவாக்க கனவு காணும் மிகப்பெரும் எண்ணங்களே சிறப்பை கொண்டு வருகின்றது;

என்றும் தொடரும் எண்ண ஓட்டத்தால்

யுகங்களின் நாடகம் அரங்கேறிக் கொண்டிருக்கின்றது.

கௌரவம், அவமானம், துக்கம்

வலி, வேதனை அன்பு மற்றும் காழ்ப்புணர்வு

அனைத்தும் பேராற்றல் வாய்ந்த எண்ணங்களின் தோற்றமே

எண்ணங்களின் துடிப்பே விதியை ஆளும் பேராற்றல்.

வானவில்லின் வண்ணங்களால்

நிறமற்ற ஓர் ஒளிக்கதிர் உருவாகும்,

சே.அருணாசலம்

பிரபஞ்ச மாற்றங்கள்

என்றும் தொடர்கின்ற கனவுநிலையை உருவாக்கும்.

அனைத்து கனவுகளும் உங்களுள் இருக்கின்றன,

கனவு காண்பவன் நெடு நேரம் காத்திருக்கிறான்

விடியும் காலை அவனை விழித்தெழச் செய்யும் வரை

தான் கண்ட நல் கனவை வலிமையுடன் மெய்ப்பித்து வாழ.


குறிக்கோள்கள் நிறைவேறி நனவாகும்,

நரக எண்ணங்கள் மறைந்து போகும்

உயர்ந்த புனித சுவர்க்கத்தில்

மனமாசு அகற்றியவர்களும் நிறைவாழ்வு வாழ்பவர்களும் உறைவார்கள்.


தீமை என்பது எண்ணப்படும் எண்ணம் அன்றி வேறில்லை;

நன்மை என்பது என்னப்படும் எண்ணம் அன்றி வேறில்லை;

ஒளி மற்றும் இருள், பாவம் மற்றும் உள்ள தூய்மை இரண்டும் எண்ணங்களால் உருவாகின்றன.

சிறந்த எண்ணங்களில் வாழ்ந்து இருங்கள்,

சிறப்பானவராக நீங்கள் மாறுவீர்கள்;

உயர்ந்த ஒன்றில் மனதை செலுத்துங்கள்,

உயர்ந்த ஒன்றாக நீங்கள் மாறுவீர்கள்.

## 11. உயர் நன்மையை நாடுகின்றவர்களுக்கு

உயர் நன்மையை நாடுகின்றவர்களுக்கு

அனைத்துமே வழிகாட்டும் மெய்யறிவின் பாதையை;

தீமையின் சலசலப்புகளுக்கு மெய்யறிவு பதிலடி தரும்

தீங்கு நேராமல் காக்கும்.

துக்கத்தின் இருள் திரையிட்டு மறைக்கும்

மகிழ்ச்சி ஒளி பரப்ப காத்திருக்கும் நட்சத்திரம் அதை;

சுவர்க்கத்தை நரகம் மறைக்கின்றது,

இரவு விடியும் போது பொன்னொளி பரவி வருகின்றது.

தோல்வி என்பது நாம் மேலேறுவதற்கான படிகட்டுக்களே ஆகும்

இன்னும் தூய்மையான குறிக்கோள்களையும் சிறந்த இலக்குகளையும் கொள்வதற்கு;

ஆதாயம் அடைய வேண்டியே இடையில் வந்த நட்டம் வழிகாட்டுகின்றது, ஆனந்தம் பின்தொடர்கின்றது

காலம் என்னும் மலையில் பதிந்த உண்மையின் காலடி சுவடுகளை.

புனிதமான பேருவகையின் பாதைக்கு வேதனை இட்டுச் செல்கிறது

தெய்வீக எண்ணங்கள் சொற்கள் செயல்களுக்கு இட்டுசெல்வதன் வாயிலாக;

மேகங்கள் ஒளியை மறைத்து இருளை பரப்பும்

வாழ்வின் செங்குத்தான பாதையில்.

துரதிட்டம் மேகமாக இருந்து

விண்ணை முட்டும் சிகரத்தை மறைக்கும்

சூரியன் சிகரத்தின் முகடை முத்தமிடும்

ஒளிபொருந்திய வெற்றி காத்திருக்கிறது நாம் நாடி
அடைவதற்காகவே.


நம் நம்பிக்கை பள்ளத்தாக்குகளை

   சந்தேகமும் அச்சமும் கனத்த மேகங்களும்
சூழ்கின்றன,

   கண்ணீரை அறுவடை செய்யும் ஆன்மா,

நிழலில் இளைப்பாறும் நம்பிக்கையோடு,


இதய வலிகளை, துக்கங்களை, கண்ணீரை

   துயரங்களை அறுவடை செய்கிறோம்

   மேலேறும் படிக்கட்டுகளே இவை எல்லாம்

நாம் உறுதியான நம்பிக்கையில் வாழ்வதற்கு.


அன்பும் இரக்கமும் குவிந்த மனமும் ஓடோடி
செல்லும்

   விதியின் தேசத்தில் இருந்து வரும் புனித
பயணியை வரவேற்க;

அனைத்து சிறப்புகளும் நன்மைகளும் காத்திருக்கின்றன

பணிவான காலடி தடம் பதிப்பதற்கு.

சே.அருணாசலம்

## 12. ஒன்று மட்டும் குறை என உள்ளது

உலக ஆசைகளோ மன அழுத்தமோ இல்லாதிருந்த ஒருவன்,

ஆனால் பேருண்மைக்கான தேடலில் ஈடுபட்டு களைத்துப் போய்

ஆசானின் புனித காலடிக்கு பணிவோடு வந்தான்

ஒருவேளை ஆசானின் அருளாசி தனக்கு கிடைக்கும் என்னும் நம்பிக்கையில்

அவன் ஆசானிடம் பணிவோடு மென்மையாக கேட்டான்,—

"நல்லாசனே எனது உள்ளத்தின் துன்பத்தை நீக்கி என்னை சாந்தப்படுத்துவீராக

நீங்கள் செல்லும் நல்வழி பாதைக்கு என்னை வழிநடத்துவீராக;

நித்திய வாழ்வை பெற நான் என்ன செய்ய வேண்டும்?"


ஆசான் அவனை அன்போடு

ஏறெடுத்துப் பார்த்துக் கூறினார்,—

"உனக்கு கூறப்பட்டுள்ள கட்டளைகளை மறக்காதே,

அவற்றை கவனத்தில் கொண்டு வாழ்வாயாக, இறப்பையே எதிர்கொள்ள வேண்டி இருந்தாலும்"

அதற்கு அவன், "என் இளம் வயது முதலே

அவற்றை என் நெஞ்சில் பதித்து வாழ்கிறேன், இன்று உங்களை காண்கிறேன்

ஆனால், விழிப்புணர்வின்றி

புனித பாதையை காணாமல் தவிக்கிறேன்;


அதற்கு ஆசான் பதில் கூறினார், "ஆனால் ஒன்று உன்னிடம் குறை என உள்ளது, உனது ஆசைகளை துறப்பாயாக,

எதையும் பற்றி கொள்ளாதே, ஆனால் வழங்கு;

நீ இறுகப்பற்றியுள்ளவைகளை விற்கத்(விட்டு விடத்) தயங்காதே,

உயர்வென்னத்தோடு என்னை பின்தொடர்வாயாக

அனைத்து சுயநல பற்றுதல்களையும் துறந்து

தூய்மையான கவனம் சிதறாத மனதோடு என்னை பின்தொடர்பவனுக்கு

எந்த குறையும் நிச்சயம் இருக்காது,

அவன் உலக வாழ்வில் மேற்கொண்ட பயணத்திற்கு உரிய புதையலை சுவர்க்கத்தில் காண்பான்."


ஆசான் காலடி பணிந்திருந்தவன் மிக செல்வந்தன் ஆவான்

அவன் தன் உலக வாழ்வின் செல்வங்களை உள்ளத்தில் ஆழத்தில் போற்றி வைத்திருந்தான்;

இறுகப்பற்றியவைகளைத் துறப்பதன் மேன்மைக்கு

அவன் உள்ளம் இசையவில்லை:

அவன் தன் பாதையை தேர்ந்தெடுக்கட்டும்

என்று ஆசான் செல்ல

அவன் கடந்து போக போகின்றவைகளை எண்ணி வருந்தி

துக்கமும் தனிமையுமான பாதையை தேர்ந்தெடுத்துச் சென்றான்.

சே.அருணாசலம்

# 13.யாஷா

இரவில் முழு உலகும் உறங்கிக் கொண்டிருந்தபோது,

உயர்வு எண்ண ஊக்கம் கொண்ட சிறந்த இளைஞன் யாஷா,

உலகின் துக்கத்தை சிந்தித்துக் கொண்டிருந்தான், கண்ணீர் சிந்தினான்,

பேருண்மைக்கான புனித பாதையை தேடினான்.

"என் தேடுதல் வீணாகப் போகிறதே" என வருந்தினான்,

பேருண்மையை போதிக்கும் நல்லாசானை நான் காண்பேனோ

என் துக்கம் பறந்து ஓடுமோ,

வீடு பேறு தரும் நிர்வான நிம்மதி நிலையை நான் அடைவேனோ."

மனித குலத்துக்கு பேருண்மையை போதிக்கும்

நல் ஆசானின் காலடிக்கு இளைஞன் விரைந்து வந்தான்,

கண்ணீர் சிந்தி வேண்டினான்,

"நல்லாசானே, நான் தேடினேன் என்னால் அடைய முடியவில்லை.

எனது துக்கமும் சோதனையும் சொல்ல எண்ணாததாக இருக்கிறது!

நீங்கள் என் துக்கத்தையும் வலியையும் அறிவீர்கள்;

மீட்சிக்கு உதவும் புனித தைலத்தை தாருங்கள்,

உங்களை நீங்காமல் இருக்கும்படி செய்யுங்கள்."


அந்த கனிவான இளைஞனின் உள்ள குமுறலை

கேட்ட ஆசான் மென்மையாக பேசினார்,

"இந்தப் பாதையில் எந்த வேதனையும் இல்லை, எந்த சோதனையும் இல்லை;


பேருண்மை உனக்கு மகிழ்ச்சியை கொண்டு வரும் துக்கத்தை விலக்கும்

விடியும் நாள் பொழுதின் ஒளிக்கதிர் இருளை போக்குவது போல

உனக்கு உரியதான மகிழ்ச்சியின் முன்பு

துக்கமும் வலியும் வேதனையும் விலகி ஓடும்


தொடர்ந்து ஆசான் தூய்மையானவை பற்றி

உயர்ந்தவை பற்றி

புனிதமானவை பற்றி பேசினார்

தமது மெய்ஞானத்தை தயக்கமின்றி அவனுக்கு ஊட்டினார்,

யாஷா கூர்ந்து கவனித்தான். தாழ்மையுடனும் பணிவுடனும்

ஆசானின் ஞான வார்த்தைகளை பருகினான்;

மெய்யறிவின் குளுமையான காற்று

அவன் மீது மென்மையாக வீசி அவனுக்கு இளைப்பாறுதலை அளித்தது;

துக்கம் விலகி ஓடியது,

இரக்கமும் கருணையும் அவனுள் குடி கொண்டன

அவனது ஆசானின் பாதையில் அவனை வழி நடத்தின.

சே.அருணாசலம்

## 14. தாழ்மையும் பணிவுமான வழி

அனைத்து வழிகளும் என் காலடியின் தடம் பதிய காத்திருக்கின்றன,

ஒளி மிகுந்த பாதை, இருளான பாதை உயிர்பபுள்ள பாதை, உயிர்ப்பில்லாத பாதை,

அகலமான மற்றும் குறுகலான பாதை, உயர்வான மற்றும் தாழ்வான பாதை,

நன்மையான மற்றும் தீமையான பாதை, என் காலடி தடத்தை நான் அவற்றில் மெதுவாகவும் வைக்கலாம் அல்லது வேகமாகவும் வைக்கலாம்,

என் விருப்பம் போல் நான் இப்போது அதன் உள் நுழைய முடியும்,

அதில் நுழைந்து நடந்து

எது தீமை எது நன்மை

என நான் அறிந்து கொள்வேன்.

அலைந்து திரிந்த என் பாதங்கள் அருகே எல்லா நன்மைகளும் வர காத்திருக்கின்றன,

ஆனால், நான் நெறிப்பிறழாமல் வர நிபந்தனை விதிக்கின்றன,

குறுகலான உயர்வான புனித பாதையில்

உளத்தூய்மையுடன் நுழைந்து அதிலேயே நான் பயணிக்க விரும்புகின்றன;

என்னை அலைகழிப்பவன் இடமிருந்தும் வேதனைப்படுத்துபவன் இடம் இருந்தும் பாதுகாத்து

முட்புதர்களுக்கு அப்பால் உள்ள பூவனங்களுக்கு அழைத்துச் செல்ல காத்திருக்கின்றன.


எங்கே நல்வாழ்வு,வெற்றி, ஆற்றல் இருக்கின்றதோ அங்கே நான் இருப்பேன்

இல்லையெனில் எனது வருகையை எந்நேரமும் அங்கே எதிர்ப்பாருங்கள்,

அன்பு மற்றும் பொறுமையை உறுதியாக நான் பற்றி இருக்கிறேன்

களங்கமற்றவைகளுடன் நான் உறைகிறேன்;

*சே. அருணாசலம்*

உயர்ந்த நேர்மையின் பாதையில் இருந்து நான் விலகுவதில்லை;

நித்திய வாழ்வின் பிரதேசத்தை இறுதியில் நான் காண்பேன்.


நான் பாடுபட்டு தேடி அலைவேன்; நான் சாதிப்பேன்;

எதையும் எனக்கானது என்று உரிமை கொண்டாட மாட்டேன், ஒருவேளை இழந்தால், மீண்டும் முயல்வேன்

நீதிநெறி எனக்காக வளையாது, நான் அதற்கு வளைய வேண்டும் என்று உணர்வேன்

என் துன்பத்தை முடிவுக்கு கொண்டு வர வேண்டுமெனில்

என் ஆன்மா இனியும் கண்ணீர் சிந்தாது

வாழ்வையும் ஒளியையும் பெற வேண்டும் எனில்.


எல்லா நன்மைகளும் எனக்கானவையே

என்று செருகோடும் சுயநலத்தோடும் கூறுபவர் கோரிக்கை எனதாகாது;

ஆனால் அவற்றை அடைவதற்கான வழியில் நான் பாடுபட்டு முயற்சிப்பேன்

ஞானப்பாதையில் நடை போடும்போது எதுவும் எனது

என்று உரிமை கொண்டாடி கட்டளையிட முடியாது,

ஆனால் அனைத்தும் எனக்கானவையே என்று அறிந்து புரிந்து கொள்ள முடியும்.

சே. அருணாசலம்

# 15. கடலின் இசை

கடற்கரையில் விளையாடும் அலை கடலின்

    இசையை கேட்பது எனக்கு மிகவும் பிடிக்கும்,

அதன் வினோதமான, ஆழமான, புதிரான மெல்லிய இசை

    மனித ஆன்மாவின் குரலாக ஒலிக்கும்.


கட்டுப்படுத்த இயலாமல் வெறிகொண்டு கரும்பாறையில் மோதும் போது

    உள்ளத்தின் வெறியுணர்வை அது பாடுகின்றது;

அதைத் தொடர்ந்து துக்கத்துடன் உள்வாங்கி செல்வது

    தன்னைத்தானே துன்புறுத்திக் கொண்டு வருந்துவதாக கேட்கின்றது.

ஓசையின்றி ஆழ்ந்த இரங்கலுடன் சலசலப்பு இன்றி பாயும் போது

வீரமான உயிர் தியாகத்தையும் மௌனமான வலிகளையும் அது பேசும்;

பாறைகளை உடைக்கும் போது

மனித ஆன்மாவின் ஆர்ப்பரிப்பாக அது வீசும்.

கூழாங்கற்கள் நிறைந்த கடற்கரையில்,

கதிரொளியோடும் இளந்தென்றலோடும் அது ஓடி விளையாடும்,

மனித ஆன்மா இறுதியில் நித்திய வாழ்வு அடையும்

என்னும் ஞானம் செறிந்த தீர்க்கதரிசனத்தை உணர்ந்தது போல விளையாடும்.

அமைதியாக முணுமுணுக்கும் போது,

மௌனமான இதயம் கொண்டிருக்கும் நிம்மதியின் ரகசியத்தை சொல்கிறது;

வெறிஉணர்வுகள் இறக்கும்

மனித துக்கங்கள் முடிவுக்கு வரும்

வார்த்தைகளால் விவரிக்க இயலாத அந்த நிலையை சொல்கிறது.

சே.அருணாசலம்

விளையாடுகின்றது, குழம்பித் தவிக்கின்றது,

நிம்மதியாகின்றது, புயலாக கிளர்ந்து எழுகின்றது,

உங்கள் உள்ளத்தை பிரதிபலிக்கின்றது, உங்கள் நிம்மதி உங்கள் துன்பங்கள் என அனைத்தையும் உள்ளிருக்கும் வெறியுணர்வையும் நிம்மதியையும்

அறிவீலித்தனத்தையும் ஞானத்தையும் என அனைத்தையும் அது பிரதிபலிக்கின்றது.


ஓ கடலே! மனித ஆன்மாவின் குரலாக ஒலிக்கிறாய்.

தனிமையான கடற்கரையில், உன் இசையை நான் விரும்பி கேட்பேன்

மனித ஆன்மாவின் குரலாக ஒலிக்கும்

உன் மெல்லிய இசை பாடுவது போல

மனித ஆன்மாவை வேறு எதுவும் பாடுவது இல்லை.

## 16. அன்பின் அளப்பரிய ஆற்றல்

நான் கடற்கரையில் நின்றிருந்தவாறு அங்கிருந்த பெரும் பாறைகளை பார்த்துக் கொண்டிருந்தேன்,

ஆர்ப்பரிக்கும் கடல் அலைகளுக்கு அடிபணியாமல் அவற்றை அவை தடுத்துக் கொண்டிருந்தன,

அலைகடலின் தொடர் தாக்குதலை காலகாலமாக அவை எவ்வாறு தாக்குப் பிடித்து நிற்கின்றன என அதனை நினைத்து நான் வியந்தேன்,

"மலையளவு உயர்ந்துள்ள இந்த பெரும் பாறைகளை

அரித்து தின்பதற்காக அலைக்கடல் மேற்கொள்ளும் பெருமுயற்சி வீணானது" என்று நான் கூறினேன்.

என் காலடியில் கிடந்த கடற்கரை மணலை பார்த்தேன்

பாறைகள் தங்கள் இடத்தை இழந்திருந்ததைக் கண்டேன்

(காலகாலமாய் எதிர்த்து நின்றும் இறுதியில் வீழ்ந்து கிடப்பதை பார்த்தேன்)

பாறைகள் மணல்தூள்கள் ஆகி

அலைகடலின் கால் அடியில்

அடிமைகளாய் இருப்பதைக் கண்டேன்.

தண்ணீரின் அளப்பரிய செயலைக் கண்டேன்

இடைவிடாத முயற்சியாலும் பொறுமையான மென்மையாலும் அது செயல்பட்டதை கண்டேன்;

இறுமாப்போடு மலை என நின்றிருந்த பெரும் பாறைகளை

தன் காலடியில் கொண்டு வந்த பேரதிசயத்தை கண்டேன்;

பிளக்க முடியாத பாறை சுவற்றை மென்மையான நீர் துளிகள்

வீழ்த்தி வென்றது இறுதியில்.

அப்போது உணர்ந்தேன்,

எதிர்த்து நிற்கும் பாவமானது, தொடரும் அன்பின் மென்மைக்கு இறுதியில் அடி பணிய வேண்டும் என்று.

மனித ஆன்மாவின் செருக்கான திமிரான பாறைகள்

எவ்வளவு தான் இடம் தராமல் எதிர்த்து நின்றாலும் தடுத்து நின்றாலும்,

அன்பு தவழ்ந்து பாய்ந்து ஓடும்

இதயத்தின் முன் இறுதியில் அடிபணியும்.

சே.அருணாசலம்

# 17. என் மகள் நோராவிற்கு, அவளது பத்தாவது பிறந்த நாளின் போது

நீ வந்த நாள் முதல், உன் தன்னியல்பான பொலிவுடன்

அழுது சினுங்கும் பச்சிளம் குழந்தை என உன் தாயின் கரங்களில் தவழ்ந்து வளர்ந்தாய்,

பத்து.ஆண்டுகள் கடந்து இருக்கின்றன,

என் மார்பை நீ அன்னார்ந்து நோக்குகிறாய்; அன்பு ஊறிய பத்து ஆண்டுகள் கடந்து விட்டன

ஆனால் உன் கள்ளம் கபடம் அற்ற தன்மையும் பேருவகையும் இன்னும் உன்னை விட்டு நீங்கவில்லை

உன் தாயின் முத்தமும் எனது முத்தமும்

அதை பாதுகாத்து வைத்திருக்கின்றன! உனது இளம் பிராயத்தில்

நீ கீழே விழுந்து விழுந்து நடைபழகுவாய்,

விழுந்ததற்காக யார் மீதும் கோபம் கொள்ளாமல்

மீண்டும் எழுந்து முயற்சிப்பாய்

அந்த குணத்தை நீ என்றும் கைவிடாதே ; உனது இதயத்தை பரிசுத்தமாக வைத்திரு, எப்போதும்.

புனிதமற்ற எந்த களங்கமும் அதை துளைக்க அனுமதிக்காதே,

மன உறுத்தலும் வேதனையும் உனது மெல்லிய இருப்பின் முன் சுருங்கி மறையட்டும்,

உனது நிம்மதி என்னும் வெண்ணிற ஆடை மீது எந்த கறையும் படாமல் இருக்கட்டும். தூய்மையான உள்ளம் கொண்டவர்களின் பாதச்சுவடுகளை, பேருவகை பின் தொடரும்

என்பதை நீ உறுதியாக அறிவாய்.

தவறுகளின் தீய வழிகளின் தூண்டுதலுக்கு இரையாகாதே,

பழிதூற்றாத வாழ்வு என்னும் அரிய இரத்தின கல்லை தொலைத்து விடாதே ;

உள்ள தூய்மை என்னும் விலை மதிப்பிட முடியாத அணிகலனை

என்றும் அணிய மறக்காதே.

சே. அருணாசலம்

## 18. உளத்தூய்மை

வாழ்வின் வேதனையால் துவள்கிறீர்களா?

சுயநாட்டம் என்னும் சங்கிலியால் உங்கள் ஆன்மா கட்டப்பட்டு காயப்படுகிறதா?

நம்பிக்கை மலர்களுக்கு இடையே புறஞ்சொல் என்னும் பாம்பு நெளிகிறதா?

காழ்ப்புணர்வு என்னும் மண்ணிற்குள் நட்பு குழி தோண்டி புதைக்கப்பட்டுள்ளதால் கண்ணீர் வடிக்கிறீர்களா?

அப்படி என்றால் கேளுங்கள்,— சுயநாட்டத்தின் இனிமை குறுகிய காலமே, அது விரைவில் மறைந்துவிடும் தன்மையானது,

ஆனால் மாறாத அன்பின் வாழ்வு என்றும் மறையாதது;

எந்த விஷப் பாம்பின் களங்கமான சுவடும் அதில் பதிந்ததில்லை,

களைத்து போன பாதங்கள் இனியும் சோர்வுறாமல் ஓய்வையும் நிம்மதியையும் காணும்,

மன்னிக்க மறுப்பது, தவறாக தீர்ப்பு சொல்வது, ஆணவ அகம்பாவம் மற்றும் பகை கொள்வது

ஆகியவற்றிலிருந்து எவன் ஒருவனது உள்ளம் விடு பெற்று இருக்கிறதோ அவன் தூய அன்பையும் வாழ்வையும் பெற்றிருக்கிறான்;

எவனது நினைவுகளில் பழைய காயங்களின் எந்த சுவடும் படிந்திருக்கவில்லையோ அவன் நிம்மதியின் பாதையில் நடை போடுகிறான்.

பழி சுமத்தாத இதயம் வேதனையை முடிவுக்கு கொண்டு வருகிறது.

சே.அருணாசலம்

## 19. தான் என்பதை ஈகம் புரிவது

கடினமான போராட்டங்களை நம்பிக்கையுடன் எதிர்கொண்டு வெல்லும் போது பெரும் புகழ் தன் மகுடத்தை சூட்டும்;

பெரும் செயல்கள் செய்தவனை கௌரவம் தன் ஒளியை வீசி வெளிச்சமிட்டு காட்டும்;

ஆதாயத்திற்காக பல வழிகளிலும் முயற்சிப்பவனை பெரும் செல்வம் வந்தடையும்;

மேதை குணத்தோடு அறிவு கூர்மையுடன் உழைப்பவனை பாராட்டு வந்தடையும்;

ஆனால், தன் ஆணவ அகம்பாவத்திற்கு எதிராக ரத்தம் சிந்தாமல் போரிடுபவனை, தன் பிழைகளை களைய போரிடுபவனை, அன்பை கடைபிடித்து வாழ்பவனை, சுயநலத்தை தியாகம் செய்பவனை அடைவதற்கு

அதைவிடவும் பெரும் புகழ் காத்திருக்கின்றது;

ஆனால் தன் ஆணவ அகம்பாவத்தை முன் நிறுத்துபவர்களுக்கு இடையே முட்கீரிடத்தை ஏற்றுக் கொள்பவனுக்காக பேரொளி சிந்த

அதைவிடவும் பெரும் கௌரவம் காத்திருக்கின்றது.

ஆனால் மனித வாழ்வுகளை இனிமையாக்க அன்பின் வழிகளிலும் பேருண்மையின் வழிகளிலும் நடப்பவனை அடைவதற்காக

அதைவிட பெரும் செல்வம் காத்திருக்கும்;

ஆனால் மின்னி மறையும் அந்த பாராட்டுக்களை துறந்து என்றும் நிலையான ஒளி, மகிழ்ச்சி, நிம்மதிக்காக மனித குலத்துக்கு தொண்டாற்றுபவனுக்கு

சுவர்க்கம் அதன் பொன்னாடையை அணிவிக்கும்.

சே.அருணாசலம்

## 20. உண்மையிடம் நான் அடைக்கலம் புகுவேன்

பேருண்மை என்னும் ஆசானே, உன்னை நாடி நான் வருகிறேன்!

களைத்துப் போன என் உள்ளத்துடன் உன் மார்பில் நான் தலை சாய்கிறேன்;

உன் பாதத்தை என் கண்ணீராலும் முத்தத்தாலும் கழுவுகிறேன், என் தேடலுக்கு விடை தா;

இதய வலியோடும் கசப்பான தோல்வியோடும் உன்னிடம் நான் வந்திருக்கிறேன்,

உனது நிறைவான இளைப்பாறுதலையும் புனிதமான மகிழ்ச்சியையும் நாடி.

எரிந்து கொண்டிருக்கும் என் நெற்றி புருவத்தின் மீது உனது குளிர்ச்சியான கரங்களை வை;

என் ஆன்மாவை ஆறுதல் படுத்து, என் பாவங்கள் என்னை விட்டு நீங்கும்படி செய்;

இப்போதும் உன் இனிய இரட்சிப்பை நான் வேண்டுகிறேன்;

படபடக்கும் எனது இதயம் நிம்மதி காணட்டும்;

நீ தான் பேருண்மை, உன்னை தொழுது அடைக்கலம் புகுகிறேன்.


நிலை மாறிக்கொண்டே இருக்கும் பூமியின் காட்சிகளுக்கு ஏற்ப உன்னை நீ மாற்றிக் கொள்வது இல்லை;

அனைத்து உலக இன்பங்களும் மடியும், அனைத்து பெருவிருப்பங்களும் மடியும்,

இழிவான எண்ணங்களும் கீழ்நிலை செயல்களும் உனக்கு சொந்தமானவை அல்ல

அவை ஒழிந்து போகும்:

உனது நிலையான வலிமையின் மீது என் உள்ளம் சாயும்.


உனது புனித இடத்தை நோக்கி என் பாதங்களை வழிநடத்து;

உனது தண்டனைகளை நான் ஏற்றுக் கொள்கிறேன் உனது பேரன்பை நான் பார்க்கிறேன்;

உனது தண்டிக்கும் கோலை நான் முத்தமிடுகிறேன், நான் சந்தித்த அவமானமானங்களின் வலியால்

தாழ்மையுள்ளத்தோடும் ஏக்கத்தோடும் உன்னை நான் பற்றுகிறேன்,

என்னை ஏறெடுத்து பாராமல் நீ இருக்க மாட்டாய், உன் இன்முகம் காட்டுவாய் என்று எனக்குத் தெரியும்.

## 21. பேருண்மை ஆகிய நானே உனது மீட்பன்

பேருண்மை ஆகிய நானே உனது மீட்பன், என்னிடம் வா;

உனது பாவங்களையும் வலியையும் ஓயாத களைப்பையும் என்னிடம் இறக்கி வை;

உனது உள்ளத்தில் புயலாக ஆர்ப்பரிக்கும் கடலை நான் சாந்தப்படுத்துகிறேன்,

உனது நெஞ்சில் நிம்மதி என்னும் எண்ணெய்யை ஊற்றுகிறேன்;

கைவிடப்பட்டவர்களுக்கும் தனிமையில் இருப்பவர்களுக்கும்— நானே அடைக்கலம்.

தோல்வி அடைந்து ஒதுக்கப்பட்டு தூக்கி எறியப்பட்டவனே,

அடைக்கலம் நாடி நீ எங்கே செல்வாய்? யார் ஏற்றுக் கொள்வார்கள் உன்னை?

நிலை மாறாத என் நெஞ்சில் உன் பாரத்தை நீ சுமத்து;

நானே உனக்கு உறுதியான அடைக்கலம்,

மற்றவை எல்லாம் கடந்து போகும்; நானே நிரந்தரமானவன்.


பெரும் தனிமையில் விடப்பட்டவன் நானே,

எனவே, தனிமையாக்கப்பட்டவர்களின் நண்பன் நானே;

மனிதர்கள் யாரை பலவீனர், நிர்கதியற்றவர்கள் என்று நிந்திக்கிறார்களோ அவர்களை நான் காப்பேன்;

வலி தாங்கும் இதயங்களையும் கண்ணீர் சிந்தும் இதயங்களையும் நான் ஆறுதல் படுத்துவேன்;

என்னில் நீ இளைப்பாறு, உனது துக்கத்தின் முடிவு நானே.


காதலித்தவர்களும் நண்பர்களும் செல்வமும் கொண்டாட்டமும் புகழும் —

நிலை மாறி அழிந்து போகும்;

ஆனால் என் அன்பு நிலை மாறாமல் இருக்கும்;

நீ என் மேல் பழி சுமத்தினாலும் நான் உன் மேல் பழி சுமத்த மாட்டேன், என் முகத்தை சுளிக்க மாட்டேன்;

உனது பாவத்தையும் அவமானத்தையும்

எனது சாந்தமான மடியில் மறைத்து வைக்கிறேன்.

சே. அருணாசலம்

## 22. வெண்ணிற அங்கி

உள்ளம் என்னும் வெண்ணிற அங்கி

பாவத்தாலும் துக்கத்தாலும் வலியாலும் வேதனையாலும் கறை படிந்து இருக்கிறது,

பாவமன்னிப்பு என்னும் குளங்களாலும் பிரார்த்தனை என்னும் நீரூற்றுகளாலும்

அதை அலசி மீண்டும் வெண்மையாக்க முடியாது.


அறியாமையின் பாதையில் நான் நடக்கும் வரை,

பிழைகளின் களங்கங்கள் என் மீது தொற்றிக் கொள்வது நிற்காது;

அகம்பாவத்தின் கோணலான பாதையில் உள்ள களங்கங்களின் வெளிப்பாடாக

சீற்றங்கள் தலை விரித்து ஆடுவதும் ஏமாற்றங்கள் பந்தாடுவதும் உள்ளன.

மெய்யறிவும் மெய்ஞானமுமே

உள்ளம் என்னும் வெண்ணிற அங்கியை பரிசுத்தப்படுத்த முடியும்,

அன்பின் புனித நீர் அதில் கலந்திருக்கிறது;

சஞ்சலம் அற்ற என்றும் நிலையான அமைதி அதில் உள்ளது.

பாவமும் பாவ மன்னிப்பும் வேதனையின் பாதையாகும்,

மெய்யறிவும் மெய்ஞானமும் நிம்மதியின் பாதையாகும்;

அதை உடனே நடைமுறைப்படுத்துவதன் மூலமே அதன் அருகே நாம் செல்ல முடியும்

பேருவகை ஆரம்பம் ஆவதை நாம் காண முடியும்

வலியும் வேதனையும் முடிவுக்கு வரும் அகம்பாவம் விடைபெறும்.

பேருண்மை எல்லாமும் ஆகும்

*சே.அருணாசலம்*

என்றும் நிலையான ஒன்று,

பகுத்துக் கூற முடியாத ஒன்று

என்னுள் நுழையும்

என் உள்ளம் என்னும் வெண்ணிற அங்கியை பரிசுத்தப்படுத்தும்.

## 23. நெறி பிறழாத மனிதன்

நெறி பிறழாத மனிதனை எந்த ஒரு பேராயுதமும் தாக்க முடியாது,

    காழ்ப்புணர்வு என்னும் புயல் காற்று நடுவே,

காயங்களையும் விழுப்புண்களையும் தடைகளையும் ஒரு பொருட்டென கருதாமல் அவன் நிமிர்ந்து நிற்கிறான்,

    விதியின் அடிமைகள் அவனை சூழ்ந்து நடுங்கிக் கொண்டிருந்தாலும்.

அமைதியான ஆற்றலின் கம்பீரமான வலிமையில்,

    அறநெறியிலிருந்து தடம் புரளாமல் சலனமின்றி நிற்கிறான்;

துன்பத்தின் இருள் மிகுந்த நேரத்திலும் பொறுமை காத்து உறுதியை கடைப்பிடிக்கிறான்,

காலம் அவனுக்கு வளைகிறது இறப்பையும் அழிவையும்

அவன் நூலாக நெய்கிறான்.


கடும் கோபங்களின் சீற்றம் அவன் மீது மின்னலாக தெறித்தாலும்,

நரகத்தின் ஆழமான இடி முழக்கங்கள் அவன் தலைமீது உருண்டாலும் அவன் அச்சப்படுவது இல்லை;

பூமியையும் காலத்தையும் வெளிதனையும் கடந்து இருப்பவனை

அவற்றால் ஒன்றும் செய்ய முடியாது.


இறவாத அன்பின் அடைக்கலம் பெற்றுள்ள அவனுக்கு என்ன அச்சம் இருக்க முடியும்?

மாறாத பேருண்மை ஆயுதம் தரித்த அவனுக்கு

லாபம் நட்டம் என்று எது இருக்க முடியும்? என்றும் அழிவில்லாததை அறிந்துள்ள அவனுக்கு

நிழல்கள் வந்து போகும் இடங்களில் என்ன வேலை?

பிறப்பு இறப்பை கடந்தவன், பேருண்மையானவன்

தீர்க்கதரிசனத்தின் கம்பீரப் பேரொளி பொருந்தியவன் என்று எப்படி வேண்டுமானாலும் அவனை அழையுங்கள்.

இரவின் ஆற்றல்களின் முன்

அவன் தெய்வீக பேரொளி மின்னும் ஆடை அணிந்திருக்கிறான்.

சே. அருணாசலம்

## 24. தேர்ந்தெடுக்கும் உரிமை

தீமைக்கான வழி, நன்மைக்கான வழி இரண்டும் உங்கள் உள்ளே இருக்கின்றது.

நீங்கள் எதை தேர்ந்தெடுக்க போகிறீர்கள்?

எது சரி, எது தவறு என்பது உங்களுக்குத் தெரியும்.;

எதை விரும்பி வளர்க்க போகிறீர்கள்? எதை அழிக்க போகிறீர்கள்?

உங்கள் எண்ணங்களையும் செயல்களையும் தேர்ந்தெடுப்பவர் நீங்கள் தான்;

உங்கள் உள் மன நிலையை உருவாக்குபவர் நீங்கள் தான்;

நீங்கள் எதுவாக விரும்புகிறீர்களோ அதுவாகும் ஆற்றல் உங்களிடம் இருக்கின்றது;

உண்மையும் அன்பும் அல்லது பொய்மையும் காழ்ப்பும்,

என்பதில் ஒன்றைக் கொண்டு உங்களை நீங்கள் கட்டமைக்கிறீர்கள்.

உங்கள் அகம்பாவத்தை கைவிட முடியாமல் தீமையை தேர்ந்தெடுக்க போகிறீர்களா?

அப்படி என்றால் நன்மைக்காக நீங்கள் முறையிடும் வேண்டுதல்களும் மன்றாடுதல்களும் வீணாகும்;

நன்மையோ அல்லது தீமையோ

உங்களது எண்ணமும் செயலுமே அதைக் கொண்டு வருகின்றது;

மகிழ்ச்சியையோ அல்லது வேதனையையோ, உங்கள் உள்ளத்தின் ஆழத்தில் நீங்களே உருவாக்குகிறீர்கள்.

துன்பம் விடைபெறும் வரை நன்மையை தொடர்ந்து மேற்கொள்ளும் போது,,

நீங்கள் பேருவகையில் கூறுவீர்கள்

"ஆம்! அன்பும் ஒளியும் நிம்மதியும் என்னை சூழ்ந்து காக்கின்றன

உண்மை வாடி மறைவதில்லை நன்மையின் பாதை நீள்கிறது."


உங்கள் எண்ணங்களையும் சொற்களையும் செயல்களையும் தேர்ந்தெடுப்பதற்கு ஏற்ப

உங்கள் வாழ்வை நீங்கள் தேர்ந்தெடுக்கிறீர்கள்;

நன்மையை தேர்ந்தெடுக்கும் போது மகிழ்ச்சியும் நிம்மதியும் நாடிவரும்,

தீமையை தேர்ந்தெடுக்கும் போது வேதனையும் நிம்மதியின்மையும் நாடிவரும்.

## 25. உண்மை வெல்லும்

உங்களால் ஏற முடியாத உயரம் என்று ஏதும் இல்லை;

உங்களால் காண முடியாத பெரு நிகழ்வு என்று ஏதும் இல்லை,

காலத்தை கடந்திருக்கும்

தூய்மையானதை அழகானதை உண்மையானதை நீங்கள் அடையும் போது,

புனிதமும் ஞானமும் கொண்ட

எந்த தொலைநோக்கு கனவு திட்டமோ செயலோ

உங்களுக்கு அந்நியமானவை அல்ல அது உங்கள் பிறப்புரிமை,

உண்மையின் உணர்வு உங்கள் நெஞ்சில் உட்கலந்தது என்று நீங்கள் உணர்ந்தால்.

உங்களால் தூக்கி எறிய முடியாது என்று என்று எந்த பாவமும் இல்லை;

ஆக்டோபஸ் போல் தான் கொண்ட இரையை தனது கரங்களால் சுற்றி வளைத்து நெருக்கும் தீ குணம் போன்று

உங்களை வளைத்து நெருக்கும் தீகுணம் எதுவும் இல்லை, நீங்கள் அதனை வெல்ல முடியாமல் அடிபணிவதற்கு.

பாவத்திற்கும் துக்கத்திற்கும் அவல நிலைக்கும் கப்பம் கட்ட

நீங்கள் அடிமை சாசனம் எழுதிக்கொடுக்கவில்லை;

குழப்பத்தில் ஆழ்ந்து கிடக்க நீங்கள் குழிக்குள் தள்ளப்படவில்லை;

நீங்கள் நிமிர்ந்து நிற்க உருவாகி இருக்கிறீர்கள், உங்களுக்கு ஒரு பெயர் வழங்கப்பட்டு இருக்கிறது,

எட்டுவதற்கு கைகள் இருக்கிறது, உயர்வு எண்ண ஊக்கம் கொள்ள உள்ளம் இருக்கின்றது.

பெருமையும் வலிமையும் வெற்றியும்— உங்களுக்கானவை.

உங்கள் அனைத்து உள் எதிரிகளையும் கட்டுப்படுத்தி வென்று உயர நில்லுங்கள்;

துன்பத்தை வென்று ஆள்பவனே,

எழுந்து நின்று போராடு

சுவர்கம் ஒளி வீசி மின்னுவதை பார்!

சே. அருணாசலம்

## 26. மனிதர்களுக்கு போதிக்க விரும்புபவனே!

மனிதர்களுக்கு பேருண்மையை போதிக்க விரும்புபவனே!

சந்தேகம் என்னும் பாலைவனத்தை நீ கடந்து வந்திருக்கிறாயா?

துக்கம் என்னும் நெருப்பு உன்னை வாட்டி இருக்கின்றதா?

ஒரு தலைப்பட்சமான அபிப்பிராய பேதங்கள் உன் உள்ளத்தில் இருந்து

களைபறித்து எறியப்பட்டு இருக்கின்றதா?

எந்த பொய்யான எண்ணமும் உட்புக முடியாத அளவு உன் ஆன்மா மிக நேர்மையானதா?

மனிதர்களுக்கு பேரன்பை போதிக்க விரும்புபவனே!

கைவிடப்பட்ட நிலையை நீ உணர்ந்து இருக்கிறாயா?

துக்கமான இருண்ட இரவில் நீ கண்ணீர் சிந்தியிருக்கிறாயா?

இப்போது உன் இதயம்,

அந்த துக்கத்திலிருந்து மீண்டு கனிவால் ததும்புகிறதா

அல்லது தவறுகளையும் காழ்ப்புணர்வுகளையும் அசைபோட்டபடி தொடர்ந்து உழல்கிறதா?


மனிதர்களுக்கு பெரு நிம்மதியை போதிக்க விரும்புபவனே!

பரந்து விரிந்திருக்கும் துன்ப பெருங்கடலை நீ கடந்திருக்கிறாயா?

உலகின் பரப்பிலிருந்து விடுபட்ட அமைதியான அதன் கரையை கண்டிருக்கிறாயா?

பேருண்மை பேரன்பு பெரு நிம்மதி என்பதை தவிர

அனைத்து வகை போராட்டங்களில் இருந்தும் உனது இதயம் விடுபட்டு இருக்கின்றதா?

சே. அருணாசலம்

## 27. உலகை சரிப்படுத்த விரும்புபவனே

உலகை நீங்கள் சரிப்படுத்த எண்ணினால்,

அதன் அனைத்து தீமைகளையும் அவலங்களையும் போக்க எண்ணினால்,

அதன் வன்மை மென்மையாக மலர எண்ணினால்,

அதன் பாலைவனங்கள் ரோஜாவனங்களாக மலர எண்ணினால்,—

உங்களை நீங்கள் சரிப்படுத்திக் கொள்ளுங்கள்.

உலகை நீங்கள் மாற்ற எண்ணினால்

பாவத்தின் கொடும்பிடியில் நெடுங்காலம் சிக்கித் தவிக்கும் அதை மாற்ற எண்ணினால்,

உடைந்து போன அனைத்து இதயங்களையும் புனரமைக்க விரும்பினால்,

துக்கத்தைக் கொன்று இனிய ஆறுதல் உள்நுழைய வழி சமைக்க விரும்பினால், —

உங்களை நீங்கள் மாற்றிக் கொள்ளுங்கள்.

உலகை நீங்கள் குணமாக்க விரும்பினால்

நீண்ட நெடிய காய்ச்சலினால் தவிக்கும் அதன் துக்கத்தையும் வலியையும் முடிவுக்கு கொண்டு வர விரும்பினால்,

குணமும் ஆறுதலும் தரும் மகிழ்ச்சியை உள் அழைத்து வர விரும்பினால்,

துன்பத்தில் உழல்பவர்களுக்கு இளைப்பாறுதலை மீண்டும் தர விரும்பினால்,—

உங்களை நீங்கள் குணமாக்கிக் கொள்ளுங்கள்.

உலகை நீங்கள் விழிப்படையச் செய்ய விரும்பினால்

இறப்பு என்னும் கனவில் இருந்தும் துன்பம் என்னும் இருளில் இருந்தும் உலகமதை விழிப்படையச் செய்ய விரும்பினால்,

அன்பையும் நிம்மதியையும் உள்ளே கொண்டு வர விரும்பினால்,

பிறப்பு இறப்பு கடந்த நித்திய வாழ்வின் ஒளியையும் வெளிச்சத்தையும் கொண்டுவர விரும்பினால்,—

நீங்கள் விழிப்படையுங்கள்.

# 28. இரவின் காரிருள்.

இரவின் காரிருளை நோக்கிக் கொண்டிருப்பவனே

மலையின் முகட்டில் தோன்றும் விடியல் உனக்குத் தெரிகின்றதா

இரவின் அனைத்து சாத்தான்களையும் காரிருளுயும் மாய்க்கும்

அதன் ஒளிக்கதிர் உன் கண்ணில் படவில்லையா?

பிழை இறக்கும் ஓசை உன் காதில் விழவில்லையா?

ஒளியை விரும்புபவனே

அந்த பேரொளி இப்போதும் தன் பொன்னொளியால் மலையின் முகடுகளை உரசுகிறது,

இரவு நோக்கி அது மெதுவாக நடை போடுவதை

இப்போதும் நான் காண்கிறேன்.

சே. அருணாசலம்

இருள் விலகி ஓடும்

இருளை விரும்பும்

ஒளியை வெறுக்கும் அனைத்தும்

இரவோடு இரவாக நிச்சயம் மறையும்

மகிழ்ச்சி கொள்! என்று தூதுவரும் இயற்கை பாடுகின்றது.

## 29. மெய்யறிவு

நாம் நன்மையாக இருந்து நன்மையை காண்கிறோம்

உண்மையாக இருந்து உண்மையை காண்கிறோம்.

நாம் கொண்ட பொய்யான மாயைகளை கரைத்து நிதர்சனத்தை காண்கிறோம்.

நிழலை துளைத்து நிஜத்தை காண்கிறோம். நாம் மனதிடம் கொண்டால் அடையலாம்,

அடைந்தால் நாம் உணரலாம்;

உணர்ந்த பின், யார் நமக்கு துக்கத்தையோ அல்லது துன்பத்தையோ ஏற்படுத்த முடியும்?

உலகின் வெற்று ஆரவாரங்களுக்கு இரை ஆகும் ஒருவனால்

மெய்யறிவின் ஆயுதம் தரித்த ஒருவனின் இதயத்தை துளைக்க முடியுமா

அல்லது மெய்யறிவின் கேடயம் தாங்கும் அவன் கரங்களை வெட்ட முடியுமா? மாற்றத்துக்கு உட்படாத ஒன்றை

எந்த ஒரு நிகழ்வு, எந்த ஒரு சூழல்

எந்த ஒரு மாற்றம்

அசைத்துப் பார்க்க முடியும்? மாற்றத்துக்கு உட்படாத தன்மையுடன்

எவன் தன் வாழ்வை ஒன்றி கலந்துள்ளானோ

அவன் எதற்கும் அச்சப்படாமல் மெய் அறிவால் உறுதியாக நிற்கிறான்;

காழ்ப்புணர்வு அறவே இல்லாமல் அவன் மனமும் உள்ளமும் மெய் அறிவால் வார்க்கப்பட்டுள்ளது, அன்பால் வடிவமைக்கப்பட்டுள்ளது.

## 30. தீமையின் முடிவு

அனைத்து தீமைகளும் நம்மை விட்டு விலகும்,

நன்மையின் வழியை நாம் காணும் போது;

உண்மை மற்றும் மெய்யறிவால் சொல்லும், செயலும் மனமும் வடிவமைக்கப்படும் போது

நம்மை பிணைத்திருக்கும் விலங்குகளும் பூட்டிவைத்திருக்கும் சிறைகளும் உடைவதை காண்போம்.


எல்லா நன்மையும் நம்மிடமே இருக்கின்றன;

அவற்றை எடுத்துக் கொள்வதற்கான மெய்யறிவு தான் நமக்கு வேண்டும்,

மெய்யறிவின்மையில் தான் நாம் ஏழையாக சொற்பமான வலிமையுடன் இருக்கிறோம்;

மெய்யறிவை நாம் அடைந்தால், நெடுங்காலம் ஆசைபட்ட நன்மையை நாம் அடைவோம்.

*சே.அருணாசலம்*

சலனமற்று இரு என் ஆன்மாவே, அமைதி உனக்கானது என்று தெரிந்து கொள்;

பற்றுறுதியோடு இரு என் நெஞ்சே, தெய்வீக வலிமை உன் உடைமை என்று உணர்ந்து கொள்;

கொந்தளிப்பிலிருந்து விலகி இரு மனமே,

என்றும் நிலையான இளைப்பாறுதலைக் காண்பாய்.

## 31. மனிதன் தெய்வீகத்தன்மை பொருந்தியவன்

பாவம் மற்றும் அவச்செயல்களுக்கு அடிபணிய வேண்டிய அவசியம் இல்லாத அளவுக்கு மனிதன் மேலானவன்,

தீமை மற்றும் பிழை ஆகியவற்றின் அரியனையை அவன் கவிழ்ப்பான்,

அவனுள் இருக்கும் மிருக உணர்வுகளிலிருந்து அவன் மீள்வான், அவற்றை கட்டுக்குள் கொண்டு வந்து அடக்கியாள்வான்,

கொடிய அரக்கன் வெளியேற, தேவதை அறியப்படும்;

ஆம், இப்போதும் கூட தெய்வீக மனிதன் தோன்றுவான்,

அச்சங்களை வென்று வெற்றி மகுடத்தை சூடுவான்.

*சே.அருணாசலம்*

தெய்வீக மனிதனே, உன்னை போற்றுகிறேன்

பாவம், அவச்செயல்கள் மற்றும் துக்கத்தை வென்றவனே,

பலவீனங்களை களைந்தவனே, புழுக்களைப் போல நெளிவதோ புரள்வதோ அறியாதவனே;

உன் மீது பாயும் கண்டணங்களுக்கோ இறப்பாணைகளுக்கோ அடிபணியாதவனே

நன்மையான, தூய்மையான, மெய்யறிவான

உன் வலிமையினால் நீ வெற்றியாளனாக எழுகிறாய்.

## 32. பொறுமை

நீங்கள் முடிவு செய்த இலக்கை அடைவதற்கு ஏன் இந்த மூர்க்கத்தனமான போராட்டம்?

ஏன் இந்த சுயநலமான வாக்குவாதம்? இந்த நெருப்பு,

வெப்பமான மனதை காழ்ப்புணர்வுக்கு இட்டுச் செல்கிறது, மன உறுத்தலால் மனம் சாம்பலாகிறது?

உங்கள் விருப்பத்துக்கு இணங்க உண்மையும் இயற்கையும் வளைந்து கொடுக்குமா?

நீங்கள் அவற்றுக்கு இணங்க வளைந்து கொடுங்கள், செயல்படுங்கள், காத்திருங்கள்; வலிமையோடும் உறுதியோடும் இருங்கள்;

வன்மையாக திணித்து உட்புகுவதை விட மென்மையான வளர்ச்சி சிறந்தது.

மலராக இருங்கள், உங்கள் இருப்பில் திருப்தி கொண்டவராக,

இனிமையில் ஒவ்வொரு நாளும் வளர்வதற்கு;

சாபம் என்று வெளிப்படையாக காணப்படும் ஒன்றில் மறைந்திருக்கும் அருளாசியை காண்பதில் திருப்தி கொள்ளுங்கள்;

வாக்குவாதம் புரியாத அன்பின் குழந்தையாக இருங்கள்;

பிரபஞ்சத்தின் எளிய இரகசியத்தை அறிந்தவராக, வாழ்ந்து காட்டுபவராக இருந்து

உங்கள் இருப்பில் திருப்தி கொள்ளுங்கள்.

## 33. உண்மையின் மீட்ப்பாற்றல்

ஆணவத்தையும் அகம்பாவத்தையும் சுய லாபத்தையும் நிலைநாட்ட நாம் ஆர்வமுடன் பாடுபடுகிறோம், போராடுகிறோம்.

உண்மையின் கனிவான குரலை நாம் செவிமடுத்து கேட்பதில்லை,

கண் மூடித் தனமாக வெறியுணர்வுகளில் நம்மை தொலைக்கிறோம்,

இடையூறு விளைவிக்காத

அன்பு மற்றும் உண்மையின் பாதையை புறக்கணிக்கிறோம்;

பேரருள் பொழிந்துள்ள மகிழ்ச்சியையும் இளைப்பாறுதலையும் உணராமல்

துன்பத்திலும் துக்கத்திலும் தொடர்ந்து வாழ்கிறோம்.

துன்பத்தாலும் கோபத்தாலும் காழ்ப்புணர்வாலும் வேதனையாலும் களைத்துப் போகிறோம்,

தத்துவ சித்தாந்தங்களுக்குள் உள்ள முரண்களாலும் சர்ச்சைகளாலும் துவண்டு போகிறோம்,

பேரன்பான சகோதரனே சகோதரியே உம் முகத்தை நாம் மீண்டும் ஒருமுறை உற்று நோக்குகிறோம்.

தூய்மையின் கண்களோடு நாம் தேடியது வீண் போகவில்லை.

மென்மையான ஆழமான அமைதியான குளம் போன்று நம் பார்வை ஊடுருவி தேடுகிறது.

நாம் இளைப்பாறுதலை அடைகிறோம்.

புத்துணர்வும் பேரருளும் பெற்று நாம் தொடர்ந்து செல்கிறோம்.

# 34. சிறைப்பட்ட பறவையை விடுவித்த போது

இரக்கமில்லாத கைகளால் வலைவீசி பிடிக்கப்பட்டு கூண்டில் அடைக்கப்பட்ட ஒரு சிறிய பறவையைக் கண்டேன்;

பரிதாபம் மேலிடும் அளவுக்கு பயம் அதனை உருக்குலைக்க,

சுதந்திரத்திறகாக அலைமோதும் அம்மென்மையான சிறைபறவை,

தப்பித்து விண்ணில் பறந்து செல்ல வீணே முயற்சித்தது.

அவன் அச்சத்தை நான் கவனித்தேன், அவனை நான் கைகளில் ஏந்தினேனன்;

படபடக்கும் அவனது இதயம் அவனது ஆற்றாமையை என்னிடம் பேசியது.

அவனிடம், "இதோ பார், நீயும் நானும் பெரும் கடவுள்களுக்கு இணையாக இந்த நாளில் விண்ணில் பறப்போம்"

என்று கூறி அவனைக் காற்றில் விட்டேன்.

உடனே அவன் படபடவென சிறகடித்து உயர உயர பறந்தான்;

அவனது மகிழ்ச்சிக்கும்,

துக்கத்திலிருந்து பிறந்த எனது ஆனந்தத்திற்கும் அளவிட முடியவில்லை;

பெரும் கடவுள்களோடு அன்று நாங்கள் உயர இருந்தோம்;

அவர்களது அமுதத்தையும் மதுவையும் பருகினோம்.

## 35. துக்கத்தில் இருக்கிறீர்களா?

நீங்கள் துக்கத்தில் இருக்கிறீர்களா? கைவிடப்பட்ட நிலையில் இருக்கிறீர்களா?

சந்தேகமும் தீராத குழப்பமும் உங்களை வாட்டுகிறதா?

உங்களை விட்டு வெளியே வாருங்கள்,

உங்களிடம் உள்ள நல்லவற்றை உங்கள் சகமனிதர்களோடு பகிர்ந்து கொள்ளுங்கள்.

நீங்கள் அருளாசி பெற்றவர் ஆவீர்கள்;

அன்பின் இதமான ஒளி உங்கள் இதயத்தில் பரவட்டும், மகிழ்ச்சியிலும் நிம்மதியிலும் இளைப்பாறுதலிலும் ஆழ்ந்து இருங்கள்;

சுயநலத்தின் இருண்ட நிழல் உங்களை விட்டு அகல விடை கொடுங்கள்,

இப்பொழுதும், இனி எப்போதும் உண்மையான அருளாசியோடு வாழுங்கள்.

*சே.அருணாசலம்*

## 36. மனத்தகத்தின் மாசு அறுக்கும் போது

மனத்தகத்தின் மாசு அறுத்தவனாக நான் இருக்கும் போது,

வாழ்வின் புதிருக்கான விடையை நான் கண்டிருப்பேன்,

காழ்ப்புணர்வு, புலனின்ப இச்சை மற்றும் சுயத்துக்காக போரிடுதல்

ஆகியவற்றிலிருந்து நான் விடுப்பட்டிருக்கும் போது,

நான் உண்மையுள் வசிக்கிறேன், என்னுள் உண்மை வசிக்கிறது எனும்போது,

நான் பாதுகாப்பானவனாக, நிம்மதியானவனாக, சுதந்திரமானவனாக இருப்பேன்

மனத்தகத்தின் மாசு அறுத்தவனாக நான் இருக்கும் போது.

## 37. நித்திய வாழ்வு

உண்மையின் பாதையை நாடுகின்றவன் இறப்பை கடந்து இருக்கிறான்;

களங்கம் இல்லாத பாதங்களுடன் தூய்மையின் பாதையில் நடை போடுகின்றவன்

அவல நிலைகளை காண்பதில்லை;

நன்மையின் நுழைவாயிலை கண்டு நுழைகின்றவன்

இருண்ட உலகின் துன்ப பிரதேசங்களில் அலைந்து திரிவதில்லை.

அவன் கடவுளின் நிழலில்

பிறப்பு இறப்பு கடந்த நித்திய வாழ்வை அனுபவிக்கிறான்.

சே. அருணாசலம்

## 38. நீங்கள் தேடிக் கொண்டு இருக்கிறீர்களா?

வாடாத மகிழ்ச்சியை நீங்கள் தேடிக் கொண்டிருக்கிறீர்களா?

எந்த துக்கமான நாளையும் விட்டுச் செல்லாத உயிர் துடிப்புடனான ஆனந்தத்தை எதிர் நோக்குகிறீர்களா?

அன்பு, வாழ்வு, நிம்மதி என்னும் மலர்கள் உங்களுள் பூக்க வேண்டும் என்று ஏங்குகிறீர்களா?

அப்படி என்றால் அனைத்து இருண்ட ஆசைகளும் அகன்று போகட்டும், சுயத்துக்கான தேடல் நின்று போகட்டும்.


வலியின் பாதையில் துக்கத்தால் பிடிக்கப்பட்டு சோர்ந்து தள்ளப்படுகிறீர்களா?

களைப்புக்கு உள்ளான உங்கள் பாதங்கள்

மேலும் புண் படும் பாதையில் அலைகிறீர்களா?

கண்ணீரும் துக்கமும் முடிவுறும் ஓய்விடத்திற்கு ஏங்குகிறீர்களா?

அப்படி என்றால் சுயத்தின் தேடல் கொண்ட இதயத்தை துறங்கள், நிம்மதியின் தேடல் கொண்ட இதயத்தை காணுங்கள்.

சே. அருணாசலம்

# புத்தக விலைப்பட்டியல்

| வ. எண் | ஜேம்ஸ் ஆலன் முதன்நூல் | தமிழ் மொழிபெயர்ப்பு நூல் | விலை ரூ |
|---|---|---|---|
| 1 | Man: King of Mind, Body and Circumstance | மனிதன்: மனம், உடல், சூழ்நிலையின் தலைவன் | 125/- |
| 2 | Foundation Stones to Happiness and Success | மகிழ்ச்சிக்கும் வெற்றிக்குமான அடிதளம் | 125/- |
| 3 | Out from the Heart | உள்ளத்திலிருந்தே வாழ்வு | 125/- |
| 4 | Byways of Blessedness | அருள் பொழியும் நிழல் பாதைகள் | 400/- |
| 5 | All These Things Added - வேண்டுவன யாவும் கிட்டும் | | |
| 5.1 | Entering the Kingdom | சுவர்கத்தின் நுழைவாயில் | 180/- |

| | | | |
|---|---|---|---|
| 5.2 | The Heavenly Life | சுவர்க வாழ்வின் தன்மைகள் | 180/- |
| 6 | Above Life's Turmoil | வாழ்வின் கொந்தளிப்புகளை கடந்த உயர்நிலைகள் | 250/- |
| 7 | Men and Systems | மனிதர்களும் அமைப்புகளும் | 180/- |
| 8 | Mastery of Destiny | விதியை நிர்ணயிக்கும் ஆற்றல் | 220/- |
| 9 | From Passion to Peace | வெறியுணர்வு முதல் நிம்மதி வரை | 150/- |
| 10 | Eight Pillars of Prosperity | வளமான வாழ்வைக் கட்டமைக்கும் எட்டு தூண்கள் | 250/- |
| 11 | Through the Gate of Good or Christ and Conduct | நல்வாசலின் வழியே அல்லது கிறிஸ்துவும் நல்லொழுக்கமும் | 150/- |
| 12 | Morning and Evening Thoughts | Morning and Evening Thoughts -காலை மாலை சிந்தனைகள் ஆங்கில மூலம்-தமிழ் மொழிபெயர்ப்பு இரண்டும் கொண்ட இரு மொழி நூல்) | 200/- |

| | | | |
|---|---|---|---|
| 13 | Life Triumphant (Mastering the Heart and Mind) | வெற்றிகரமான வாழ்வு (மனதையும் இதயத்தையும் பண்படுத்தி ஆளுதல்) | 220/- |
| 14 | Poems of Peace | நிம்மதியின் பாடல்கள் | 250/- |
| 15 | The Shining Gateway | நேர்வழியின் சீரிய ஒளி | 200/- |
| 16 | Light on Life's Difficulties | வாழ்வின் பிரச்சினைகள் மீதான ஒளிவீச்சு | |
| 17 | As a Man Thinketh | மனிதன், அவன் எண்ணங்களின் நிரலாக்கம் | 125/- |
| 18 | The Path to Prosperity and Peace | | |
| 18.1 | The Path to Prosperity | வளமான வாழ்விற்கு இட்டுச் செல்லும் பாதை | |
| 18.2 | The Way of Peace | நிம்மதியின் வழி | |
| 19 | Divine Companion | தெய்வீக உறுதுணை | |

| 20 | Meditations For Everyday of the year | தியானங்கள் ஆண்டின் ஒவ்வொரு நாளுக்கும் | |

தொடர்புக்கு

வள்ளியம்மை பதிப்பகம்

மின்னஞ்சல்: arun2010g@gmail.com

வாட்ஸ் அப் எண்: 91-8939478478